வரையாட்டின் குளம்படிகள்

கோ.லீலா.

படைப்பு பதிப்பகம்
#8, மதுரை வீரன் நகர்
கூத்தப்பாக்கம்
கடலூர் - தமிழ்நாடு
607 002
☎94893 75575

நூல் பெயர்	:	வரையாட்டின் குளம்படிகள் (சூழலியல் கட்டுரைகள்)
ஆசிரியர்	:	கோ.லீலா
பதிப்பு	:	முதற்பதிப்பு - 2021
பக்கங்கள்	:	144
வடிவமைப்பு	:	முகம்மது புலவர் மீரான்
அட்டைப்படம்	:	படைப்பு டிசைன் டீம்
வெளியீட்டகம்	:	இலக்கிய படைப்பு குழுமம்
அச்சிடல்	:	படைப்பு பிரைவேட் லிமிடட், சென்னை
வெளியீடு	:	படைப்பு பதிப்பகம்
பதிப்பாளர்	:	ஜின்னா அஸ்மி
விலை	:	ரூ 150

Title	:	Varaiyattin Kulambadigal (Article)
Author	:	G.Leela
Edition	:	First Edition - 2021
Pages	:	144
Printed by	:	Padaippu Private Limited, Chennai
Publishing Agency	:	Ilakkiya Padaippu Kuzhumam
Published by	:	Padaippu Pathippagam
Website	:	www.padaippu.com
E-mail	:	admin@padaippu.com
ISBN	:	978-81-950764-9-9
Price	:	₹ 150

சமர்ப்பணம்

ஒரு பறவையைப் போல
பறந்து பறந்து அன்பெனும் பெருவனம் வளர்க்கும்
அம்மா கோ.சீதாலட்சுமி அவர்களுக்கும்
அன்பு மகள் லியாவிற்கும் மற்றும்
காடுகள் முகநூல் குழுவிற்கும்.

பதிப்புரை

ஜின்னா அஸ்மி, பதிப்பாளர்.

இயற்கை எப்போதுமே யாவரையும் வசீகரித்து விடும் வல்லமை கொண்டது. இயற்கையின் ஆயுள் மனிதர்களை விட உயர்வானது. மனிதனின் ஆயுள் நீளவும் இயற்கையின் நீட்சியே ஆதாரமானது. இயற்கை, பருவநிலை, மழை, காற்று, நீர், உணவு, அழிந்துவரும் உயிரினங்கள், பெருகிவரும் வெப்பநிலை, நாம் செய்யும் வேலை - இவையனைத்தும் ஒன்றுக்கொன்று தொடர்புடைய, உதாசீனம் செய்ய இயலாத ஒரு மாபெரும் இயக்கம் என்பதை இன்னும் நாம் புரிந்துகொள்ளவில்லை. நம்மிடம் இயற்கைச் சூழல் குறித்த விழிப்புணர்வு இன்னும் ஏற்படவில்லை; காரணம் இயற்கையையும் வளங்களையும் அழிப்பதே நகர்ப்புற வளர்ச்சியும் நாகரிக வளர்ச்சியும் என நினைத்துக் கொண்டிருக்கிறோம். இதே மனநிலையில்தான் தமிழகத்தின் மாநில விலங்காக இருக்கும் வரையாடுகளையும் இழந்துகொண்டிருக்கிறோம். 'வரை' என்ற தமிழ்ச்சொல் மலையைக் குறிக்கும். 'ஆடு' என்பது, இந்த உயிரினம் ஆட்டினத்தைச் சேர்ந்தது என்பதைக் குறிக்கும். மலைகளில் வாழ்கின்ற ஆடுகள் என்கிற பொருளில் வரையாடு ஆனது. இதைத்தான் சீவகசிந்தாமணி இப்படிக் குறிக்கிறது: 'ஓங்கு மால்வரை வரையாடு'. இப்படி இயற்கையையும் சங்க இலக்கியத்தையும் ஒப்புமைப் படுத்தி உருவாக்கப் பட்டிருப்பதே 'வரையாட்டின் குளம்படிகள்' நூல்.

தமிழில் சுற்றுச் சூழல் குறித்து எழுதுவோர் மிகக் குறைவு. அதிலும் வெகுஜன ஊடகங்களில் சாதாரண மக்களைச் சென்றடையும் விதம் எழுதுவோர் இன்னும் குறைவு அதைத் தகர்த்து இந்நூலும் இந்நூலாசிரியரும் இனி கவனம் பெறுவார்கள் என்பதே இந்நூலின் பலம்.

திருக்குவளையை பூர்வீகமாகவும், தஞ்சையை வாழ்விடமாகவும், பொள்ளாச்சியை வசிப்பிடமாகவும் கொண்ட, தமிழ்நாடு அரசு நீர்வள ஆதாரத் துறையில், உதவி செயற்பொறியாளராகப் பணியாற்றும் படைப்பாளி கோ.லீலா அவர்களுக்கு இது, நான்காவது நூல். இவரது கட்டுரைகள் மற்றும் கவிதைகள் பல பிரபல பத்திரிகைகள், இதழ்களில் பிரசுரமாகி இருக்கின்றன. மேலும் படைப்புக் குழுமத்தால் வழங்கப்படும் மாதாந்திர சிறந்த படைப்பாளி என்ற தனித்துவமான அங்கீகாரத்தையும், படைப்பின் உயரிய விருதான இலக்கியச்சுடர் விருதையும் பெற்றவர். படைப்பு பதிப்பகம் வெளியிட்ட இவரது முதல் நூலான 'மறைநீர்', எண்ணற்ற விருதுகளைப் பெற்றிருப்பதுடன் கடந்த இருபது ஆண்டுகளில் வெளிவந்த சிறந்த பத்து நூல்களில் ஒன்றாக இந்நூலை, விகடன் தேர்வு செய்து பெருமைப்படுத்தியது குறிப்பிடத்தக்கது.

படைப்பு பதிப்பகம் வெளியிட்ட, ஹைக்கூ தூண்டிலில் ஜென் எனும் இவரது இரண்டாவது நூலில், ஹைக்கூ கவிதைகள் மீதான ஆய்வுக் கட்டுரையை எழுதியதன் மூலம் தமிழ்நாட்டில் ஹைக்கூவை ஆய்வு செய்த நான்காவது பெண்ணென வரிசைப்படுத்தப்படுகிறார்.

எமது படைப்பு பதிப்பகத்தின் மூலமாகத் தனது நூலை வெளியிட முன்வந்த படைப்பாளி கோ.லீலா அவர்களுக்கும், அணிந்துரை வழங்கிய சூழலியலாளர் கோவை சதாசிவம் அவர்களுக்கும், மதிப்புரை வழங்கிய படைப்பாளி மதுரா அவர்களுக்கும், அட்டைப்படம் மற்றும் நூல் உள் கட்டமைப்பை வடிவமைத்த முகம்மது புலவர் மீரான் அவர்களுக்கும் மற்றும் இந்நூல் வெளிவர உதவிய அனைவருக்கும் படைப்புக் குழுமம் தனது நன்றியைத் தெரிவித்துக் கொள்கிறது.

வளர்வோம்...! வளர்ப்போம்..!!

படைப்பு குழுமம்

நன்றியும் பேரன்பும்

அணிந்துரை மற்றும் மதிப்புரை வழங்கிய
சூழலியலாளர் கோவை சதாசிவம் அய்யா,
கவிஞர் மதுரா
முகநூலில் பதிவிட்ட போது உற்சாகமூட்டிய தோழமைகள்
காடு முகநூல் குழு
அட்டைப்படம் மற்றும் வடிவமைப்பு செய்து
நூலை வெளியிடும் படைப்பு குழுமம்
என்றும் உறுதுணையாக இருக்கும்
அம்மா, அன்பு மகள் லியா, தம்பி அண்ணாதுரை
அரூபமாக நின்று ஆசீர்வதிக்கும் அப்பா.

அணிந்துரை

மழைக்கண்ணாடியில் முகம் பார்க்கும் மனது
சூழலியலாளர் கோவை சதாசிவம்.

அதுவொரு மாலை நேரம். பகல் இருளை உடுத்த ஆயத்தமாகிக் கொண்டிருந்தது! மெழுகுவர்த்தியில் கசியும் ஒளியை ஏந்தியபடி தெருவில் நடந்து வருகிறான் ஒரு சிறுவன். நெற்றிக்கு நேராக மெழுகுவர்த்தியில் அலையும் ஒளிச்சுடரில் அவனது கவனம் இருந்தது!

எதிரே வந்த ஞானி சிறுவனை இடைமறித்து, தம்பி ...! "மெழுகின் ஒளி எங்கிருந்து வருகிறது ..? " என்கிறார்!

சற்றும் தாமதிக்காமல் மெழுகுவர்த்தியில் அலையும் சுடரை ஊதி அணைத்து விட்டு "ஒளி இப்போது எங்கே போயிருக்கிறது என்பது உங்களுக்கும் தெரியும் தானே ...? " என்கிறான் சிறுவன்.

நெருப்பு ஒளிர்வதும், ஒழிவதும் காற்றின் கைகளில் உள்ளன என்பதை அறிவியலாகவோ, அல்லது இயற்கையாகவோ உணர்ந்து கொண்டால் உண்மையை நோக்கிய உங்களின் பயணத்தை எவராலும் வழி மறிக்க முடியாது!

"வரையாட்டின் குளம்படிகள்" நூலை வாசித்து முடிக்கையில் இப்படியான எண்ணமே என்னுள் தோன்றியது! தமிழகப் பொதுப்பணித்துறையில் நீர்வள ஆதாரப் பொறியாளரான கோ.லீலாவிற்கு நகரத்திலிருந்து சோலைக்காடுகள் வரை பணி நிமித்தமாய்ப் பயணிக்கும் கொடுப்பினையைப் பெற்றவர்.

புதர்க்காடுகளில் மறையும் காட்டுக்கோழிகளை தரிசிக்க, பசுமை மாறாக்காடுகளில் கிளைதாவும் மலை அணில்களை ரசிக்க, காட்டெருதுவின் கண்ணசைவில் நடைமாறும் மாடுகளின் மந்தையை வியக்க, புல்வெளி மேடுகளில் அணிவகுக்கும் வரையாடுகளைக் கண்டு பிரமிக்க கோ.லீலாவால் முடியும் ...!

முல்லை நிலத்தில் வாழ்ந்த நமது மூதாதைகள் காட்டுயிர்களின் இருப்பை, இயற்கைக்கு அவைகளின் பங்களிப்பை எல்லாக் காலங்களுக்கும் ஏற்றாற் போல் சங்க இலக்கியங்களில் ஆவணப்படுத்தியுள்ளார்கள்! அந்த மரபணுவின் தொடர்ச்சியாக கோ.லீலாவின் பதிவுகளைப் பார்க்கிறேன்!

" எதுவுமில்லை என்கிற சொற்களில் எல்லாம் இருக்கிறது " என்பார்கள்! இல்லாததும், இருப்பதும் சேர்ந்ததுதான் இயற்கை. காடுகளுக்குள் பயணிக்கும் எல்லோரும் இயற்கையை எழுதி விட முடியாது! இயற்கையை எழுதுபவர்கள் எல்லோரும் காடுகளுக்குள் பயணிக்க முடியாது! காடுகளுக்குள் பயணித்து இயற்கையை எழுதும் கோ.லீலாவின் பார்வையில் பறவைகள் சிறகசைக்கின்றன! பூச்சிகள் ரீங்கரிக்கின்றன! யானைகள் பிளிறுகின்றன! இவருக்கான வானத்தில் இருவாய்ச்சிகளின் பறத்தலை, இவருக்கான வனத்தில் வரையாடுகளின் வரிசையை வியந்து ரசிக்கிறார்! தன்னைப்போலவே அடுத்த தலைமுறையும் இதனை ரசிக்க வேண்டும் என்பதின் பொருட்டே அதனைப் பாதுகாக்கும் கரிசனத்தோடு எழுதத் தொடங்குகிறார்!

யானைகளின் படிநிலை வளர்ச்சியே ஓர் உயிர்ப்புள்ள பெருங்காட்டினை உருவாக்கும் என்பதை இயற்கை வரலாற்றுச் செய்திகளுடன் நமக்கு உணர்த்துகிறார்!

எதிரிகளையும், நண்பர்களையும் உருவாக்கிக்கொண்டு தீதும், நன்றுமாய் சமன் அற்ற வாழ்வில் மகிழ்ச்சியைத் தொலைத்தவர்கள் மனிதர்கள்! இயற்கை படைத்தளித்த உயிர்களுக்குள் நடந்தேறும் வளர்ச்சியைப் பார்க்காமல் சாதிப்படிநிலையைப் பார்க்கும் இழி குணம் மனிதனுக்கு மட்டுமே வாய்த்திருப்பது படைப்பின் துயரம்!

ஆந்தையை உழவர்களின் நண்பன் என்பவர்கள். எலியை எதிரியாகப் பார்ப்பது மனிதப்பிழையே அன்றி இயற்கையின் பிழை அல்ல என்பதை உயிர்ம நேயத்துடன் பதிவு செய்துள்ளார் கோ.லீலா. வயல் வரப்புகளில் எலிகள் தோண்டும் வளையின் வழியே நீரும், ஒளியும், காற்றும் வேரின் விளிம்பைத்தொட்டுப் பயிரின் உயரத்திற்கு உதவுகிறது என்பதை வெளிப்படுத்துவதோடு ... எலிகள் வளையினுள் விதைகளை சேமிப்பது தின்றது போக மீதப்பட்டது முளைத்துச் செழிப்பதிற்கே என்பதோடு ஊர்வன, பறப்பன, பாய்வன என்று எலிகளைத்தின்று பசியாறும் உயிர்களின் உணவுச்சங்கிலியை அறுபடாமல் பாதுகாக்க வேண்டுமென்றும் வலியுறுத்துகிறார்!

இயற்கை வரலாறு நுட்பமானது அறிவியல் பூர்வமானது. உடலியல், மரபியல் போன்ற ஆய்வுகளுக்குப்பிறகே உயிரினங்கள் ஆவணப்படுத்தப் படுகின்றன! காக்கையும் காகமும் ஒன்றல்ல! கானகக்காக்கை, சாம்பல் கழுத்துக்காக்கையும் மனிதக்குடியிருப்பிற்கு அருகில் வாழ்பவை! கழிவுகளை முதன்மையான உணவாகக் கொண்டவை! அதே சமயம் பழங்களை உண்டு விதைப்பரவல், தூய்மைப்பணி இரண்டையும் தமது வாழ்நாட்கள் முழுதும் மேற்கொள்பவை! நீர்க்காக்கா என்பது குளம், குட்டை போன்ற நீர்த்தேக்கங்களில் உள்ள மீன், தவளை, நத்தை போன்ற நீர்நிலைகளில் பெருகும் உயிரினங்களைக் கட்டுக்குள் வைப்பவை. காக்கையின், காகத்தின் இன்றியமையா சூழல் பங்களிப்பை குழந்தைகளுக்கும் புரியும் வண்ணம் எளிமையாக அறியச்செய்கிறார் கோ.லீலா.

கால நிலை மாற்றமும், வாழ்வியல் நெருக்கடியும் பெருகிவரும் இந்நேரத்தில் "சூழலியல் " இலக்கியங்கள் பரவலாக கவனம் பெற்று வருகின்றன! அந்த வரிசையில் "வரையாடுகளின் குளம்படிகள் " எனும் நூலும் கவனம் பெற வேண்டும் என்று விரும்புகிறேன்!

தண்ணீரின் அளவும், ஆற்றலும் தெரிந்தவர் என்பதைப் பணியாற்றியும், படைப்பு இயற்றியும் வெளிப்படுத்தியவர் கோ. லீலா. இயற்கைக்குத் தனித்த உருவம் ஏதுமில்லை என்பதே பேருண்மை! இப்பூவுலகு இயற்கையின் பெருங்கருணையால் நிறைந்துள்ளது! அள்ளக்குறையாத வளங்களை உயிர்களுக்கு வாரி வழங்கியுள்ளது! அதனை பல்லுயிர்களுக்கும் பகிர்ந்தளித்து வாழும் ஓர் உன்னதமான அறத்தை வலியுறுத்துகிறார் கோ.லீலா. நாமும் வழி மொழிவோம்!

தோழமையுடன்

கோவை.சதாசிவம்,
(சூழலியலாளர், கானுயிர்-ஆவணப்பட இயக்குநர்)
திருப்பூர்

23.11.21

மதிப்புரை

தடம் பதிக்கும் குளம்படிகள்

கவிஞர் மதுரா.

ஆதி மனிதன் இயற்கையோடியைந்து அதன் நகர்வுகளை உன்னிப்பாகக் கவனித்து அவ்வழியில் தான் வாழ்வை வளமாக்கிக் கொண்டான். ஆனால் அறிவியலும் தொழில்நுட்பமும் அதீத வளர்ச்சியடைந்ததும் மனிதன் இப்புவியைத் தனக்கு மட்டுமே சொந்தமான சொத்தாகப் பாவித்து இயற்கைக்கு இடையூறு செய்து பிற உயிர்களின் உரிமையை அபகரிக்க ஆரம்பித்தான். விளைவு இயற்கையும் தன் பங்குக்கு சீற்றங்களையும் பேரிடர்களையும் பரிசளிக்க ஆரம்பித்தது. இந்நிலைக்குத் தீர்வு தான் என்ன?

இயற்கையிடம் பேசுவதற்குத் தனக்கு மொழிகள் தேவையில்லை விழிகளே போதுமென காடுகளிலும் மலைகளிலும் பயணித்துப் படைக்கப்பட்ட ஒவ்வொரு உயிரும் இயற்கை சமநிலையை எப்படி நிலைநாட்டுகிறது என்பதைத் தெளிவுபடுத்தி கானுயிர்களையும் காடுகளையும் பாதுகாப்பதனால் மட்டுமே எதிர்காலம் இனிமையாகும் என எடுத்தியம்பியிருக்கிறார் இயற்கைத்தாயின் இளையமகள், மறைநீர் தந்த ரகசியாவின் காதலி லீலா அவர்கள்.

கரிச்சான் குருவி பூச்சிக்கொல்லியாக செயல்படுவது, யானையின் சாணத்தில் சிறு வண்டுகள் வண்ணத்துப் பூச்சிகள் உயிர்ப்பது என எத்தனையெத்தனை புதுச் செய்திகள்?

வளமான காட்டின் அறிகுறியாய் வண்ணத்துப் பூச்சி, உணவுச்சங்கிலியின் கண்ணியாய் புலி, காடுவளர்க்கும் காக்கை, உலகின் முதல் விவசாயியாய் எறும்பு, இயற்கையன்னை படைத்த பூச்சிக்கொல்லி வவ்வால், சிரலில்லா ஊர் பாழ் என்ற புதுமொழிக்கு அர்த்தம் கொடுக்கும் மீன்கொத்தி, தன் சிறு சிறகசைப்பால் பூமிக்கு பச்சையம் போர்த்தும் தேனீ, மழைக்காடுகளின் வாழ்வரசியாய் இருவாட்சி என கரிச்சான், கரையான், காக்கா, எலி, புலி வவ்வால் மயில் இருவாட்சி மைனா ஆந்தை யானை எறும்பு மீன்கொத்தி தேனீ வண்ணத்துப்பூச்சி வரையாடு என நாம் அறிந்த ஒவ்வொரு உயிரும் எப்படி சுற்றுச் சூழலுக்கு உகந்ததாயிருக்கிறது என விவரித்து நாம் அறியாத பல தகவல்களை அளித்திருக்கிறார்.

சிற்றுயிர்கள் ஒவ்வொன்றும் உணவுச் சங்கிலியின் கண்ணியாகி இயற்கை சமன்நிலையைப் பேணும் விதத்தை அவற்றின் முக்கியத்துவத்தை சங்கப்பாடல் துணைகொண்டு தன் கவிதைகளையும் இணைத்து கசப்பு மருந்தைத் தேன் தடவிக் கொடுத்திருக்கிறார்.

அவரே கூறுவது போல் இம்முறையும் இயற்கை தன்னை எழுத லீலாவைக் கருவியாக்கிக் கொண்டது.

வரையாட்டின் குளம்படிகள் உலக வரைபடத்தின் அழியாத் தடங்கள்.

மதுரா
(தேன்மொழி ராஜகோபல்)
இருமொழி கவிஞர், மொழிபெயர்ப்பாளர், சிறுகதையாளர்.
தஞ்சாவூர்.

23.11.21

என்னுரை

ஏழு கடல் தாண்டி வாழும் பறவையில் இருக்கிறது மனிதனின் உயிர்...

மன்னுயிர் ஓம்பி அருளாள்வார்க்கு இல்லென்ப
தன்னுயிர் அஞ்சும் வினை.

- திருக்குறள்.

நிலைத்து வரும் உயிர்களைக் காத்து அவற்றின் மீது அருள் உள்ளவனுக்குத் தன் உயிரைப் பற்றிய பயம் வராது என்பதுதான் இக்குறளின் பொருள்.

தினமும் மேற்குத்தொடர்ச்சி மலைக்காடுகளில் பணி நிமித்தம் பயணிக்கும் பெருவரம் பெற்றிருக்கிறேன், அவை வெறும் பயணங்கள் அல்ல. வனத்தோடு வாழ்கின்ற பரவசம் அந்நொடிகள். இயற்கையைப் பெயரிட்டு அழைப்பதே எங்கள் இருவருக்குமான நெருக்கம்... அவளை அன்பே ரகசியா ! என்றே அழைக்கிறேன்.

ரகசியாவோடு செய்யும் பயணங்கள் யாவும் பாடங்கள்; இந்தப் பாடங்களைப் படிக்கத் தேவை விழிகளேயன்றி, மொழிகளில்லை. விழியின் வழி இதயம் நுழைந்த ரகசியாவின் ரகசியங்கள், பேராச்சரியங்களும் பெருமகிழ்வும் நிறைந்தவை.

ஆம் ! மரத்தின் மலரில் அமரும் வண்ணத்துப்பூச்சியால் ஒரு வனம் உருவாகிறது. கனிகளைச் சுவைக்கும் பறவைகளால் ஒரு

காடு உருவாகிறது... வெளவால், மயில், புலி, யானை ,எறும்பு, இருவாய்ச்சி என எண்ணிலடங்காக் கானுயிர்களைப் பாதுகாக்க வேண்டிய அவசரத்தை உணர்ந்து, சக மனிதர்களிடம் இதைக் கொண்டு சேர்த்துவிட வேண்டுமென்ற கடமையுணர்வின் பதைபதைப்பில் எழுந்த நூல்தான் "வரையாட்டின் குளம்படிகள்"

தன் ரகசியங்களை, ஸ்பரிசிக்கக் குழந்தையை அனுமதிக்கும் தாயென இயற்கையெனும் என் ரகசியா என்னை தன்னுள் ஏந்திக்கொண்ட பொழுதுகளில் உணர்ந்தவைகள்தாம் இவை. ஒவ்வொரு மரத்தையும், பறவைகளையும், கானுயிர்களையும் காணும் போது என்னுள் சிலிர்த்தெழுந்த ஆதி மனுசியின் குரலிது.

விதைக்குள் விருட்சத்தை ஒளித்து வைத்த அதிசயமும், காலத்தை அறிவிக்கும் பறவைகளின், பூக்களின் நுட்பத்தின் ஆச்சரியத்தில் இருந்து விடுபட முடியாத விஞ்ஞானத்தின் சிறு பசுந்தழலின் சுடர்தான் இந்நூலாக விரிந்துள்ளது.

கொரோனா, லா நினா, எல் நினோ எனும் காலநிலை மாற்றங்களின் போது பேராசை கொண்ட மனிதர்கள் வீட்டிற்குள் முடங்கியும், புலம்பியும் கிடந்துகொண்டு, இந்த பூமி முடங்கி விட்டது என்றார்கள்.

ஊரடங்கு காலத்திலும், தினசரி பணி நிமித்தமாகக் காடுகளில் பயணித்த போது கதிரும், நிலவும் தன்னியல்பில் பூமியின் சுழற்சியில் கண்ணுக்குத் தெரிந்து மறைந்ததை, கானுயிர்களும், பறவைகளும் உலவுவதை, கூடிக் குலவியதை, பல்கிப் பெருகியதை, ஒளி பருகி இசைத்த இலைகளின் ஆலாபனையை, பூத்துக்குலுங்கிய வண்ணமலர்களை, எதையும் தாங்கும் பொறுமைகொண்ட மண்ணை, காதலியைக் கவர சாணத்தை உருட்டி நகர்த்திக்கொண்டிருந்த வண்டினங்களை, இருவாட்சிகளை, யானைகளை, பனங்காடைகளை, ஒரு நாள் உயிரி என தவறாகக் கருதப்பட்ட ஈசல்களை, கண்டபோது ரகசியா சொன்ன பாடம், மிகச்சிறிய உயிரினம் எல்லாம் இயல்பாக மகிழ்ந்திருக்க, மனிதன் மட்டுமே அல்லலுறுகிறான் என்பதே.

காடுகளும், கானுயிர்களுமே மனிதர்களின் வாழ்வாதாரம் என்பதுணராது, மனிதர்கள் காலங்காலமாக இயற்கை மீது செலுத்தி வரும் ஆளுமையும், அராஜகமும் அறியாமையால் விளைந்த பேராசையின் எதிரொலி...

பசுமை அழியும்போது பல்லுயிர்களும் அழிகின்றன, காலநிலை மாற்றங்களும் நிகழ்கின்றன... பூமி மனிதர்கள் வாழத் தகுதியற்றதாக மாறுவதை உணர்த்துபவைகள் தாம் (INDICATOR) பறவைகளும், கானுயிர்களும்.

ஆறாவது அறிவு பகுத்தறிவு என்கிறோம், உண்மையில் யானையோ, மாடோ ஒரு நாளும் அசைவம் உண்ணாது, புலிகள் புல்லைத் தீண்டுவதில்லை, பறவைகள் தனக்கான இடத்தில்தான் கூடு கட்டுகின்றன, எனில் அவைகள் பகுத்தறிவுடன்தானே வாழுகின்றன. எனில் ஆறாம் அறிவு என்பது மனமேயன்றி வேறில்லை.

இதைத் தான் நம் தொல்காப்பியர் கூறுகிறார்

"ஆறெனப்படுவது அவற்றுடன் மனனே" என்று.

மனதின் வழியாக இயற்கையின் ஆழத்தை எட்டுவதே இறைத்தன்மை.

பறவைகள் மனித இனத்திற்காக மரங்களின் விதைகளைப் பரப்பும் அற்புதச் செயலை மேற்கொள்கின்றன. இன்னும் சொல்ல வேண்டுமானால், உண்மையில் அவை தனக்கு உணவையும் உறைவிடத்தையும் தரும் மரங்களுக்கு நன்றி செலுத்தும் வகையில் விதைகளை எச்சம் மூலம் பரப்புகின்றன.

'வயிற்றைக் கருப்பையாய்
வழங்கும் பறவை
உணவு தரும் மரத்துக்கு.'

-கவிஞர் பிருந்தா சாரதி

(பச்சையம் என்பது பச்சை ரத்தம் பசுமை ஹைக்கூ நூலிலிருந்து)

இதைவிட எளிமையாகப் பறவைக்கும் வனத்திற்கும் உள்ள ஆதித் தொடர்பைச் சொல்லிவிட முடியுமா?

புதைத்தால் வனமாகும் விதை முன் சிறுமையாகி நிற்கும் மனிதனின் தேவை என்ன?

ஒரு வரையாட்டின் குளம்படியோசை, குயிலின் குரலோசை, யானையின் மரம் முறிக்குமோசை, புலியின் கர்ஜனை, மயிலின் அகவலோசை, பறவைகளின் சிறகசைக்கும் ஓசை, அதிர்ந்து விழும் அருவியின் பேரோசை, இலைகளின் சலசலப்பு, ஓசையின்றி ஊரும் சிறு எறும்புகளின் அசைவில் இன்னும் எண்ணற்ற கானுயிர்களின் அசைவில் எல்லாம்தான் இந்த பூமியின் இதயம் துடிக்கும் லப்டப் ஓசையும், மனிதர்களின் அசைவும் இருக்கிறது என்பதை உணர்வதுதான்.

தமிழர்களின் வாழ்வியல் அனைத்தும் இயற்கையைச் சார்ந்தது, அவர்களின் நுண்ணறிவையும், நுட்பத்தினையும் புறந்தள்ளி, நாகரிக வளர்ச்சி என்ற பெயரில் ஆகாயம், பூமி, காற்று, நீர், வெளி ஆகிய யாவற்றையும் பாழ் செய்து விட்டோம். துயருற்றாலும், மீண்டும் சரியான பாதைக்குத் திரும்பாது, தற்காலிகத் தீர்வுகளைத் தேடும் மனிதர்களுக்கு இயற்கை பாடம் புகட்டிக்கொண்டே இருக்கிறது.

சுனாமி, நிலநடுக்கம், அதீத வெள்ளம், வறட்சி, காட்டுத்தீ என்ற எந்த இயற்கை சீற்றத்தினாலும் மீளமுடியாத அழிவை சந்திக்கப் போவது மனிதர்கள் மட்டுமே. இயற்கை தன்னை சீர்செய்துகொள்ளும்.

ஏழு கடல் தாண்டி, மலைதாண்டி இருக்கும் ஒரு பறவையில்தான் அந்த ராசாவின் உயிர் இருக்காம் என்று நம் ஆத்தாக்களும்,தாத்தாக்களும் சொன்ன கதைகளை இன்று யோசித்துப் பார்க்கிறேன், எத்தனை பேருண்மை, அதில் பொதிந்து கிடந்த அறிவியல் நுட்பத்தை நாம்தான் உணரத் தவறி இருக்கிறோம். ஆனால் இன்றும் அவர்களின் கதைகளில் வந்த எண்ணற்ற பெயரறியாத பறவைகளிலும், கானுயிர்களிலும்தான் நம் உயிர் இருக்கிறது.

பறவைகள், மலர்கள், மரங்கள், நீர்நிலைகள், உயர்ந்து நிற்கும் மலைகள், வானம், காற்று, மிதக்கும் மஞ்சு எல்லாம் வெறும் ரசனைக்கானது மட்டுமல்ல என்பதை இப்போதாவது நாம் உணர வேண்டும். பறவைகள் காலம் காட்டும் கடிகாரங்கள்

இரவெது பகலெது

அறிய ஒளிவிடாது

முகில்மூடி மாரிபெய்ய

குரீஇ குரலெழுப்ப
பகலென அறிய
ஆனைசாத்தன்
மூன்றுக்கு கீச
குயில் கூவ நான்காக
நாலரையில் சேவல் கூவ
கா.. கா வென அய்ந்தாக
அய்ந்தரைக்கு கவுதாரி
சிரல் குரலெழுப்ப ஆறு
என்றறிய..
குமுதம் மலர்ந்ததே
கதிரெழுச்சியென கண்டு
சுழலும் நாளில்
பிடவ மலர் இதழ் விரிய
காலை கவிழ்ந்து
மாலை தொடர் இரவென
உரைப்ப...
கடிகாரமின்றி காலம் செப்பும்
பூவிதழ் விரிவும் குரீஇ மொழியும்
அறிய செய்தாய்..
பெய்க வானமே !

- கோ.லீலா

காலத்தை மட்டும்தான் சுட்டுகின்றனவா?

மாமிச உண்ணிகளான புலிகளும், தாவர உண்ணிகளான யானைகளும், அனைத்து உண்ணிகளான கழுகும் தேவை. ஒன்றோடு ஒன்று இணைந்து வட்டப்பாதையில் சுழல்கிறது இப்பூமி. மயிலு என்றவுடன் ஸ்ரீதேவியை நினைக்கும் பலருக்கும் தெரியாது, பாம்பை உண்ணும் மயிலுதான் உணவு பிரமிட்டில்

உச்சியில் இருக்கும் உயிர் என்று. உணவுச் சங்கிலியின் ஒவ்வொரு கண்ணியையும் பாதுகாக்க வேண்டியது ஒவ்வொருவரின் கடமையுமாகும்.

உயிர் சங்கிலியைப் பற்றிய விரிவான புரிதல் இந்த பூமியை வாழச்செய்யும். புலால் உண்பதை, கறுப்பு நிறத்தைக் கீழ்மைப்படுத்தும் யாரும், இயற்கையின் படைப்பாற்றலைப் பழிக்கும் புத்தியற்றவர்களே... காக்கையும், குயிலும், கரிச்சானும் இந்த பூமிக்கு ஆற்றும் தொண்டில் ஒரு சிறு துரும்பையாவது நாம் செய்திருக்கிறோமா என எண்ணிப்பார்க்க வேண்டிய அவசர நொடியில் இருக்கிறோம்.

பதினாறு கானுயிர்களைப் பற்றி எழுதியிருந்தாலும், நம் தமிழ்நாட்டின் மாநில விலங்கான வரையாட்டின் குளம்படிகள் என ஏன் பெயர் வைக்கப்பட்டுள்ளது?

பனிமலைகள் இல்லாத மேற்குத்தொடர்ச்சி மலை, தமிழ்நாட்டின் கடைக்கோடியில் வாழும் மக்களுக்கு, முந்நூற்றி அறுபத்தைந்து நாட்கள், இருபத்துநான்கு மணிநேரமும் எப்படித் தண்ணீர் கிடைக்கிறது என்பதைச் சற்று யோசித்தால்...

மேற்குத் தொடர்ச்சி மலையின் மேல் பகுதியில் கிலோமீட்டர் கணக்கில் பரந்து விரிந்து கிடக்கும் சோலைப் புல்வெளி *(Grass bed)* தான் இதற்கான காரணம், எப்படிப் பனி மலை உருகி சிறிது சிறிதாக ஆறாக, நதியாக வருகிறதோ, அதைப்போல இந்த சோலைப் புல்வெளி *sponge* போல மழை நீரை வாங்கி தேக்கி வைத்துக் கொண்டு சொட்டுச் சொட்டாக அருவியாகக் கொட்டுகிறது. இந்த சோலைப் புல்வெளி சீரான வளர்ச்சியோடும் செழிப்போடும் இருக்க வரையாடுகள் முக்கியம்.

தமிழ்நாட்டின் நீர்வளத்தைப் பாதுகாக்கவும் தமிழ்நாட்டின் ஓரிட வாழ்வியாகவும் இருக்கும் வரையாட்டிற்கு மரியாதை செலுத்தும் விதமாக இப்பெயர் சூட்டப்பட்டுள்ளது, இந்நூல் தன் குளம்படிகளை வாசிப்போர் மனதில் தடம் பதித்தால், அதுவே இயற்கைக்குக் கிடைத்த மாபெரும் வெற்றியாக இருக்கும்.

இவற்றைக் குறுங்கவிதைகளாகத் தந்திருக்கலாமே என்றார்கள் சில தோழமைகள்... இன்றைய தேவை போன்சாய் அல்ல, வேரூன்றி அகலக் கிளை விரிக்கும் மரமே! அங்கே பல பறவைகள் கூடுகட்டும், பல கானுயிர்கள் இளைப்பாறும்,

வானிலிருந்து முகிலை விரல் பிடித்து அழைத்து வரும் ஒரு சிற்றிலை...

ஆம் ! மரங்களாகக் கிளை விரித்திருக்கும் பதினாறு கட்டுரைகளில் உங்கள் எண்ணங்களைக் கூடு கட்ட விடுங்கள், சிந்தனைக் குஞ்சுகளைப் பொரித்தெடுங்கள், அவைகள் சிறகு முளைத்த பறவைகளாகட்டும், உலவும் கானுயிர்களாகட்டும்...

அந்தப் பறவைகளும், கானுயிர்களும், நம் குழந்தைகளுக்கு, எதிர்கால சந்ததியினருக்கு நல்ல நீரும்,சோறும், காற்றும் கொண்டு வருவார்கள்.

கண்ணை விற்றுச் சித்திரம் வாங்கியது போதும் ! காட்டை வளர்த்துக் குழந்தைகள் கையில் கொடுப்போம், நாட்டையும், வீட்டையும் அவர்கள் பார்த்துக்கொள்வார்கள்.

திரும்புதல் எப்போதும் இனிமையானது. எங்கு சுற்றினாலும் வீடு திரும்புவது பேரானந்தம். திரும்புதல் தொய்வல்ல அதுவே இயல்பு. இயற்கைக்குத் திரும்புவோம்.

இந்நூல் வழியே மீண்டும் பூமிக்கொரு வண்ணப் பொன்னாடை போர்த்த முனைந்திருக்கிறேன். தங்களின் கரங்களும் இணைந்தால் இன்னும் பல பறவைகளின், கானுயிர்களின் வண்ணங்களால், இப்பூமியின் மீதான பொன்னாடை மிளிரும்.

மீண்டும் இயற்கை என்னைக் கருவியாக்கி, தன்னையே எழுதிக்கொண்டிருக்கிறது இந்நூலாக...இந்நூலை வாசித்தபின் காட்டை, கானுயிரை, பறவையைக் காக்க உங்கள் கரம் விரையுமெனில் அதுவே என் இறையென வணங்குவேன் !

இயற்கையின் இளையமகள்

கோ.லீலா

உள்ளே....

1. கரிச்சான் குருவி	-	19
2. யானை	-	22
3. மைனா	-	36
4. ஆந்தை	-	40
5. எலி	-	43
6. இருவாய்ச்சி	-	47
7. கரையான்	-	52
8. புலி	-	59
9. வண்ணத்துப்பூச்சி	-	66
10. நீலகிரி வரையாடு	-	74
11. காக்கா	-	81
12. எறும்பு	-	90
13. வௌவால்	-	98
14. மீன்கொத்தி	-	108
15. தேனீ	-	115
16. மயில்	-	124

1. கரிச்சான் குருவி

வீரம் நிறைந்த பறவை.

கரிச்சான் குருவியின் வாழ்வியல்.

கரிகாலன் வென்ற களம் வெண்ணிப் பறந்தலை; நெடுஞ்செழியன் வென்ற களம் தலையாலங்கானம்; செங்குட்டுவன் வென்ற களம் இமயம் எனக் களங்களில் எல்லாம் வீரத்தின் வலிமை தெரிந்தது. வீரமே பைந்தமிழர் வரலாறு என்பது புரிந்தது. வல்லூறுகளே ஆளும் வானத்தை; காற்று வெளியை; ஏகாந்தத்தை ஒரு கறுப்பு நிற சிறுகுருவி ஆள்கிறது. வல்லூரை விரட்டியடிக்கும் அக்குருவிக்கு 'கரிச்சான் குருவி' என்று பெயர்.

சிட்டுக்குருவியை விடச் சற்றே பெரியதாகவும், காகத்தை விடச் சற்றே கூடுதல் கறுப்பாகவும், செம்பூத்தின் கண்களை விடச் சற்றே சிவப்பாகவும் உள்ள இக்குருவியின் பெயர் கரிச்சான் குருவி என்றும் ரெட்டைவால் குருவி என்றும் அழைக்கப்படுவது அநேகருக்குத் தெரிந்திருக்கலாம்.

ஆனைச்சாத்தான் - கரிச்சான் குருவி அதிகாலை 3.30 மணிக்கு எழும்பி விடுமாம். 1600 வருடத்திற்கு முன்பு அவங்க பேரு ஆனைச்சாத்தான்.

ஆங்கிலத்தில் Black Drongo.

கருங்கரிச்சான் பரவலாகக் காணப்படுகிறது. குடியிருப்புப் பகுதியிலும் நீங்கள் பார்க்கலாம்..கருப்பா இருப்பதால "கருங்குருவி", மீன் துடுப்பு போல வாலின் இறுதியில் இருப்பதால் காரி, "கருவாட்டு வாலி" மாடு கூடவே சுத்துறதால "மாடுமேய்ச்சான்", வால் பிளந்து இரண்டாக இருப்பதால் "இரட்டைவால் குருவி" இப்படிப் பல பெயர்கள் இவருக்கு.

வயலில் மாடுகளின் முதுகில் அமர்ந்து இருப்பாங்க. மாடுகள் நடக்க நடக்க, புல்லில் இருந்தும், பயிர்களில் இருந்தும் வெளிவரும் பூச்சிகளை (குறிப்பாக வெட்டுகிளிகள்) சாப்பிடுவாங்க.

காலை 5.30-7.00 மணி வரைதான் பூச்சிகள் உற்சாகமாக பயிர்களுக்கு மேல் உலா வருமாம்.

கரிச்சான் குருவியார் டிபன் சாப்பிட 3.30 க்கே தயாராகி குடும்பத்தோட போய்டுவாராம்.

வால் நீண்ட கருங்குருவி வலமிருந்து இடம் போனால், கால் வீழ்ந்த கிழவியும் குமரி ஆவாளேனு " கிராமத்துல சொல்வாங்க.

மாடுகளின் முதுகில், கழுத்தில் ஏற்படும் புண்களைக் காகங்கள் கொத்திப் பெரிதாக்கும். ஆனால், அம்மாடுகளின் முதுகில் அமர்ந்த கரிச்சான் குருவிகள் காகங்களை விரட்டிவிடும். சிறிய கரிச்சானுக்குப் பெரிய காகங்கள் பயந்து பறந்துவிடும்.

ஆநிரை காத்தான் என்ற பெயரே மருவி ஆனைசாத்தான் ஆகியிருக்கலாம் என்கின்றனர் ஆய்வாளர்கள்.

முட்டைகள் மாசுறு வெள்ளை, வெளிர் மஞ்சள், இளஞ் சிகப்பு நிறத்தில் புள்ளிகளுடன் காணப்படும். 4 அல்லது 5 முட்டைகள் இடும். முட்டைகளை ஆண், பெண் குருவிகள் மாற்றி மாற்றி அடைகாத்துக் குஞ்சு பொறிக்கும். 15 தினங்களுக்குப் பிறகு வெளி வரும் குஞ்சுகளுக்கு 21 நாள்களுக்குப் பிறகே வாலில் பிளவு ஏற்படும். குஞ்சுகளுக்குப் பறக்கப் பயிற்சி அளிக்கும் முறை கண்கொள்ளாக் காட்சியாக இருக்கும். மரங்களில் இருந்து இலைகளைத் தவறவிட்டு அதைக் குஞ்சுகள் பறந்து கவ்வி வரப் பயிற்சி கொடுக்கும்.

இலக்கியத்தில் கரிச்சான் குருவி.

கீசுகீசு என்று எங்கும் ஆனைச்சாத்தன் கலந்து
பேசின பேச்சரவம் கேட்டிலையோ பேய்ப்பெண்ணே!..

- திருப்பாவை.

தமிழர்கள் இயற்கையோடு இயைந்த வாழ்வை வாழ்ந்தார்கள்,அவர்களின் ஒவ்வொரு அசைவும் இயற்கையைச் சார்ந்தே இருந்தது. இயற்கையை தனது இலக்கிய படைப்புகளில் பறவையாக, கானுயிர்களாக, மரங்களாக, மலர்களாக, வண்டுகளாகப் பதிவு செய்து வைத்திருக்கின்றனர். அப்படி ஆனைச்சாத்தான் எனப்படும் கரிச்சான் குருவியைப் பற்றிய பதிவை மேற்கூறிய திருப்பாவையில் குறிப்பிட்டுள்ளனர். இத்தகைய பதிவுகள் பெரும் சூழலியல் பொக்கிஷமாகப் பாதுகாக்கப்படவேண்டியவை.

சுற்றுச்சூழலில் கரிச்சானின் பங்கு

இதனால் நமக்கு என்னன்னு கேட்கிறீங்களா?

அட ! பூச்சிக்கொல்லி அடிக்க வேண்டாங்க. இயற்கை Entomologist நம்ம கரிச்சான் குருவியார் காலையில் ஒருமணி நேரத்தில் 100, அதே போல் மாலையில் 100 பீஸ் பூச்சிகளை அபேஸ் பண்ணிடுவாராம். இருந்தாலும் அவருக்கு டேங்க் (வயிறு) சிறிசுதானே, அதனால மீதி பூச்சியை அரைச்சி துப்பிடுவாராம். அது மண்ணுக்கு உயிர்ச்சத்து தருதாம்.

அது மட்டுமில்லைங்க, நம்ம ஆளு கரிச்சான் குருவியார் பருந்து, கழுகுன்னு எல்லாரையும் அடி தூள் கிளப்பி விரட்டி விடுவாராம்.

ஆனைச்சாத்தான் அடியாள் போலிருக்கே !

ஆமாம், வெட்டுக்கிளிகள் என்றாலே அலறிக்கொண்டிருக்கிறது உலகம். ஆனால், வெட்டுக்கிளிகளுக்கு இவரைக் கண்டால் மரண பயம். வெட்டுக்கிளிகளைக் குறிவைத்துக் கொல்லும் வேட்டைக்காரன்தான் ஆனைச்சாத்தான்.

இயற்கை படைத்திட்ட பூச்சிக்கொல்லிதான் கரிச்சான் குருவி. ஆனால் கரிச்சான் குருவியை அழிய விட்டுவிட்டு பூச்சிக்கொல்லியை அடிப்பதன் மூலம் பயிர்களில் தங்கி விடும் ரசாயனங்களால் ஏற்படும் தீங்குகளை சொல்லில் அடக்கிவிட முடியாது.

குறிப்பாக, கேரளாவின் காசர்கோட்டில், கறிவேப்பிலைக்கு அடிக்கப்பட்ட எண்டோ சல்ஃபான், இலைகளில் தங்கிவிட அதை உண்ட பெற்றோர்களுக்குப் பிறந்த குழந்தைகள் பல்வேறு உடல் குறைபாடுகளுடன் பிறந்து இருக்கிறார்கள்.

அரிதரிது மானிடர் ஆதல் அரிது
மானிடர் ஆயினும் கூன்குருடு செவிடு
பேடு நீங்கிப் பிறத்தல் அரிது என்கிறார் அவ்வையார்...

ஆனால், பிறக்கும் குழந்தைகள் உடல் ஊனத்துடன் பிறக்க நாமே காரணமாகலாமா?

அய்ந்தறிவு என்று இளக்காரமாய் சொல்லப்படும் பறவைகள் மரங்களை மட்டுமா வளர்க்கின்றன. மானுடத்தையும் அல்லவா வளர்த்தெடுக்கின்றன.

கரிச்சான் குருவியைப் பாதுகாத்தால், பூச்சிக்கொல்லி அடிக்க வேண்டாம் பாருங்க ! அதுல மண்ணும் கெடாது மனுசனும் கெட மாட்டான்.

அது மட்டுமில்லை, உணவுச் சங்கிலியில் வெட்டுக்கிளியை உண்டு ஒரு சமன் விலையை உருவாக்கும் கரிச்சான் குருவிகளைப் பாதுகாக்கத் தவறுவதன் மூலம்.

இயற்கைச் சூழலை அழித்து விஷமான உணவிற்குப் பலியாகும் ஒரு பாதகச் செயலை நாம், நம் சந்ததியருக்குச் செய்கிறோம் என்பதை உணர வேண்டிய அவசர நொடியில் இருக்கிறோம்.

கரிச்சான் குருவிகளைப் பாதுகாப்போம், இயற்கை முறையில் பயிர்களைப் பாதுகாப்போம்.. நம் சந்ததியருக்கு விஷமில்லா உணவளிப்போம்.

2. யானை

காணக் காண சலிக்காத கானுயிர்
யானையைப் பிடிக்காதவங்க யாரும் இருக்காங்களா என்ன?

யானையின் வாழ்வியல்.

யானையை என்றவுடன் பெரியவர் முதல் சிறியவர் வரை பார்க்க ஓடோடி வருவது இயல்பு.

அவ்வளவு பெரிய உருவமும், துதிக்கையும்,அசைந்து கொண்டே இருக்கும் காதுகளும் வசீகரமானவை.. வாங்க யானை பற்றிப் பார்ப்போம்.

என்னதான், ஆணுக்குத் தந்தமெல்லாம் இருந்தாலும், அங்கே மீனாட்சி ஆட்சிதான்...

ஆமாங்க, பெண் யானைதான் குடும்பத்தை வழிநடத்தும் தலைமைப் பொறுப்பை வச்சிருக்காங்க

கண்ணாலே கவிதை சொன்னாளேன்னு பாடுற மாதிரி...

யானை என்ன பாடும்?

யாருக்கும் கேட்கமால் தந்தாளே ஒலி கீதம்னு பாடுமோ?

ஆமா, பெண் யானையும் ஆண் யானையும் 300 கி.மீ தூரத்தில் இருந்தாலும் ஒலியெழுப்பித் தொடர்பு கொண்டு விடுமாம். அந்த

ஒலி மனிதர்களின் கேட்பு திறனான *20 Hz* க்கும் குறைவான ஒலியாக இருக்கும் என்பதால் நம்மால் கேட்க முடியாது.

செல்ஃபோன் ரிங்டோன் மாதிரி ஏகப்பட்ட வெரைட்டில ஒலியெழுப்பிப் பேசிப்பாங்களாம். இப்படி ஏராளமான செய்திகள் உண்டு. என்ன நண்பர்களே உங்களுக்கு ஒரு செய்தி தெரியுமா? உலகில் காணக் காண சலிக்காத காட்சிகள்

1.குழந்தையின் சிரிப்பு 2.துறவி 3.யானை 4.கடல் 5.ரயில் 6.மயில் 7.வானம் 8. வானுர்தி..

அதில் யானையைப் பற்றித்தான் இன்று சொல்லப் போகிறேன்.

ஆகஸ்ட் 12 சர்வதேச யானைகள் தினம். என்பது முக்கியமாக நினைவில் வைத்திருக்க வேண்டிய தினம்.

ஆப்பிரிக்கா, இந்தோனோசியா, தாய்லாந்து, இந்தியா, பர்மா நாடுகளில் இருக்கிறது.

யானை பறக்காது, ஆனால் வெள்ளை யானை தாய்லாந்த் மற்றும் பர்மாவில் அதிகம்...

யானையோட மேல்தாடையில் வளரும் பல்தான் தந்தம்.

ஆண் யானைக்கு மட்டும்தானே தந்தம் இருக்கு. ஆமாம், பெண் யானைக்கும் இது வளரும், யானை கன்றாக இருக்கும்போது ஆண், பெண் யானை இரண்டுக்கும் குட்டியா தந்தமிருக்கும், வளர வளர பெண் யானைக்குத் தந்தம் வளராது.

யானை ஒரு சைவ உணவுக்காரங்க அதாவது தாவர உண்ணி. குறிப்பாக மூங்கிலை விரும்பி உண்ணுவாங்க, கரும்பு, வாழை போன்றவை இவங்களின் விருப்பமான உணவு.

யானை சாப்பிட்டு மீதம் போட்ட மூங்கிலைத்தான் புல்லாங்குழல் செய்வார்கள், ஏனெனில் யானை ரொம்ப சுவையான அதாவது இனிப்பான மூங்கிலைத்தான் தேடி உண்ணும், அந்த மூங்கிலில் புல்லாங்குழல் செய்தால் இசை

இனிமையாக இருக்குமென ஒரு கூடுதல் தகவல், ஆறு துளையிட்டால் ஹிந்துஸ்தானி இசையும், ஏழு துளையிட்டால் கர்னாடாக இசைக்கு உகந்தது எனவும் செவிவழிச் செய்தி.

யானையோட உருவத்திற்கும், பெரிய காலுக்கும் சம்பந்தமில்லாத ஒரு செய்தி சொல்லப் போறேன்.அதாவது யானையோட பாதங்கள் மிக மென்மையானவை, மென்பந்து போன்றது, *(Elastic nature)* ,யானை கால் பதித்து நடக்கும்போது காலை எடுக்கும்போது செடிகள் திரும்பவும் தன் நிலைக்கு வந்துவிடும்.

யானையால் வெயிலில் நிற்க முடியாது, அதனால்தான் வளர்ப்பு யானைகளாக இருக்க அனுமதிக்கப்படும் யானைகளுக்கு சணல் சாக்குகளைத் தண்ணீரில் நனைத்துப் போட்டு அதன் மீது தான் நிற்க வைக்க வேண்டும் என்ற விதிகள் உண்டு.

அதனால காடு அழியாது. அதே மாதிரி

அங்குசம் தேவையா? பெரிய உருவமான யானை, மூன்று அடி உயரமுள்ள அங்குசத்திற்குக் கட்டுப்படும் ரகசியம் எதுவுமில்லை யானைக்கு 110 இடங்களில் வர்ம இடங்கள் உள்ளன, அங்கு குத்தும் போது யானை கட்டுப்படும் .மற்றபடி யானைக்கும், அங்குசத்திற்கும் சம்பந்தமில்லை.

யானை எதிலேருந்து வந்தது? பன்றியிலேருந்து.

பலகோடி மில்லியன் ஆண்டுகளுக்கு முன்பு மூந்தெரியம் எனப்பட்ட பன்றி போல்

உருவத்தில் தோன்றின.பின் மாமூத் என்ற பரிணாம வளர்ச்சி பெற்றது. பத்தாயிரம் ஆண்டுகளுக்கு முன்பு மாமூத் இனங்கள் காணப்பட்டுள்ளன, அவை தோல் வளர்ந்து இருந்திருக்கின்றன. அதிலிருந்து படிப்படியாக வளர்ச்சி பெற்று தற்போது, யானைகள் இன்றைய உருவத்தைப் பெற்றுள்ளன.

13 நாடுகளில் யானைகள் உள்ளன.

யானைக்கு இனிப்புதான் பிடிக்குமா? கரும்பு, வாழப்பழம்ன்னு நல்லா சாப்பிடுதே?

யானைக்கு சுவையுணர்வுகள் கிடையாது, ஏனெனில் யானைக்கு நாவில் சுவையரும்புகள் கிடையாது, மணம், மென்மை,சாற்றின் அளவு, மற்றும் பசியைப் பொறுத்தே மூங்கில், கரும்பு, வாழைப்பழம் மாதிரி உணவுகளை விரும்பி சாப்பிடுகிறது.

யானையோட கண்ணு ரொம்ப சின்னது. பக்கவாட்டில் இருக்கிறதால நேர்கொண்ட பார்வை யானையால் பார்க்கமுடியாது, அதனால், கூர்மையான கேட்பு சக்தியையும், மிக நுட்பமான மோப்ப சக்தியையும் தான் நம்பி வாழ்கிறது.

மதமெல்லாம் மனிதர்களுக்குத்தான் பிடிக்கும். யானைக்கு எந்த மதமும் தெரியாது,

சுதந்திரமான காட்டு யானைக்கு மதம் என்பது அதன் உடலியலில் இயல்பான ஒரு கட்டம்தான்,

ஆண் யானைக்குக் காதுக்கும், கண்ணுக்கும் இடையே உள்ள வீக்கமான பகுதியில் மதநீர், ஆண்டுக்கு ஒருமுறை வழியும். இதைத் தான் மதம் என்கின்றனர். இது மூன்று .ம்குமாதங்கள் வரை இருக் 15 வயது முதல் 20 வயதுக்குள் மதம் பிடிக்க ஆரம்பித்து, 45 வயது வரை ஏற்படும். பெண் யானையுடன் சேரத் துடிக்கும்.அப்போது அதன் வாழ்க்கை புதுப்பிக்கப்படுகிறது என்று கொள்ளலாம்.

ஒரு ஆண் யானை, பெண் யானையை சேரணும்னா,நாம, இளவட்டக் கல்லு தூக்குற போட்டி வச்சிருக்கிற மாதிரி யானையும் போட்டி வச்சிருக்காங்க,

பெண் வீட்டில் உள்ள அத்தனை ஆண் யானையாரையும் சண்டையிட்டு ஜெயிக்கணும், அப்புறம்தான் நம்ம மகாராணியாரை அடைய முடியும்.

அப்படி, வெல்ல முடியாத யானையார்களை, பெண் யானைகள் ஏற்றுக்கொள்வதில்லை, அவர்கள்தான் மதநீர் ஒழுக அலையறவங்க.

திடகாத்திரமான சந்ததிகளை உருவாக்க, எப்படியொரு வழிவகையை இயற்கை செய்திருக்கிறது பாருங்களேன்.

மனிதர்கள் மாதிரிதான், குட்டி யானைகளும் செம ஜாலியா அதோட அம்மாவோட விளையாடும், தண்ணியில குளிக்கிறதும், விளையாடுறதும் அதுக்கு ரொம்பப் பிடிக்கும்.

யானைக் கூட்டத்துக்குப் பெண் யானைதான் குடும்பத் தலைவி. தும்பிக்கையால் தரையைத் தட்டித் தட்டிப் பார்த்து வழி நடத்திச் செல்லும், காட்டுக்குள்ள யானையைப் பிடிக்க ஏதாவது பள்ளமிருக்கிறதா என்பதை உறுதி செய்த பின்தான் காலடியை எடுத்து வைக்கும்.

அதே மாதிரி காட்டுக்குள்ள தண்ணீர் இல்லாத பஞ்ச காலத்தில், தரையைத் தட்டிப்பார்த்து தண்ணீர் இருக்கிற இடத்தைக் கண்டுபிடிச்சு அந்த இடத்தைத் தோண்டி தன் கூட்டத்திற்குத் தண்ணீர் ஏற்பாடு செய்யும். யானைகள் குடிச்சது போக மீதமான தண்ணீரை மற்ற விலங்குகளும் குடிக்கும்.

குட்டி யானைக்குத் தண்ணீரை உறிஞ்சிக் குடிக்கத் தெரியாது, அப்போ பெரிய யானைதான் தண்ணீரை உறிஞ்சி குட்டி யானையோட வாயில ஊத்தும்.

ரொம்ப ஆண்டுகளுக்கு முன்பே அதாவது சங்க காலத்திலேயே காட்டானைகளைப் பிடித்து பல்வேறு பணிகளுக்குப் பயன்படுத்தினார்கள் அப்படித்தான் யானை காட்டைவிட்டு வெளியில வந்தது.

ஆப்பிரிக்க யானை 4 மீட்டர் நீளம் வரை உயரமும் சுமார் 7 டன் வரை எடையும் கொண்டு விளங்குகின்றது. ஆசிய யானையைப் பொருத்த வரையில் அளவில் ஆப்பிரிக்க யானையைக் காட்டிலும் உயரத்திலும் எடையிலும் குறைவானதாகும். அதிக பட்சமாக 5 டன் எடை வரை இவை வளரக்கூடியன.

ஆப்பிரிக்க யானையின் காது அதன் தோல்புறத்தை முழுதும் மறைக்கும் முகமாக அமைந்துள்ளது. இவற்றின் காது 1.5 மீட்டர் நீளமும் 1.2மீட்டர் அகலமும் உடையது.

ஆசிய யானையின் காது அமைப்பு தோல் புறத்தைக் காட்டிலும் தாழ்ந்து அளவில் சிறியதாகவும் அமைந்துள்ளன.

ஆப்பிரிக்க யானையின் ஆண் பெண் இரண்டிற்கும் தந்தம் வளர்ச்சியடைகின்றது. ஆசிய யானை வகைகளில் ஆண் யானைகளுக்கு மாத்திரமே தந்தம் வளர்ச்சியடைகின்றது. பெண் யானைகளுக்கு வளர்ச்சியே இல்லை என்று சொல்லுமளவிற்கு மிகச் சிறிய அளவிற்கே வளர்ச்சியடைகின்றது.

ஆப்பிரிக்க யானையின் தும்பிக்கையின் முனையில் இரு உதடைப் போன்ற பற்றிப் பிடிக்கும் தசைப் பகுதியும் ஆசிய யானையின் தும்பிக்கை முனை ஒரு பற்றிப் பிடிக்கும் தசைப் பகுதியும் அமையப் பெற்றுள்ளன. ஆசிய யானையின் கால்களின் விரல் நகம் முன்காலில் 5 நகங்களும் பின்கால்களில் 4 நகங்களும்,

ஆப்பிரிக்க யானைகள் முன் கால்களில் 4 அல்லது 5 நகங்களும், பின்புறக் கால்களில் மூன்று நகங்களும் பெற்றுள்ளன.

பொதுவாக யானைகள் வெளிர் சாம்பல் நிறத்தையுடையவனாவாக இருப்பினும் இவைகள் குளம் மற்றும் குட்டைகளின் சேற்று சகதிகளில் புரண்டெழுவதனால் சேற்றின் நிறத்திற்கொப்ப அடர் சாம்பல், சிவப்பு, மற்றும் பழுப்பு நிறங்களிலும் காணப்படுகின்றன. ஆப்பிரிக்க யானைகள் 4 மீட்டர் வரை உயரமும் சுமார் 7 டன் வரை எடையும் கொண்டு விளங்குகின்றது.

ஆசிய யானையைப் பொருத்த வரையில் அளவில் ஆப்பிரிக்க யானையைக் காட்டிலும் உயரத்திலும் எடையிலும் குறைவானதாகும். அதிக பட்சமாக 5 டன் எடை வரை இவை வளரக்கூடியன.

கும்கி (Kumki) என்பது சிறைப்படுத்தப்பட்டுப் பயிற்சி அளிக்கப்பெற்ற இந்திய யானைகளின் உள்ளூர்ப் பெயர் ஆகும்.

பெரும்பாலும் இந்த கும்கி யானைகள் புதிதாகக் கைப்பற்றப்பட்ட காட்டு யானைகளை இயல்பான நிலைக்கு மாற்றவும் பயிற்சியளிக்கவும், மனிதக் குடியேற்றங்களில் வரும் காட்டு யானைகளை வழி நடத்திக் காட்டுக்குள் அழைத்துச் செல்லவும் பயன்படுத்தப்படுகின்றன.

கும்கி பரவலாக இந்தியக் கோயில்களில் காணப்படும் இயல்பான யானைகள் இல்லை. ஒரு யானை விரிவான பயிற்சி மேற்கொண்ட பிறகுதான் கும்கி ஆக முடியும்.

யானைக்கு உருவத்திற்கேற்ப அகன்ற காது மடல்களைக் கொண்டுள்ளன. அதன் வெப்பநிலையைப் பராமரிப்பதில் அகன்ற மடல்கள் பெரும்பங்காற்றுகின்றன. யானையின் மடல்கள் இரத்த நாளங்களால் நிரம்பியவை. மடல்களில் வெப்பம் மிகுந்த இரத்தம்,காதுகளின் இடைவிடாத அசைவினால் குளிர்விக்கப்படுகின்றது. இதனால் உடல் வெப்பத்தை யானை குறைத்தும் கொள்கிறது. ஆசிய யானையின் காது ஓரங்கள் வெளிப்புறம் மடிந்திருக்கும். ஆப்பிரிக்க யானைக்கு உட்புறம் மடிந்திருக்கும்.

ஹெச்.வில்லியம்ஸ்ன்னு ஒரு ஆங்கிலேய அதிகாரி, அவர் வேலை தொடர்பா, இந்திய மற்றும் பர்மா காடுகளில் அலைகிறார், அப்போ அந்தமான் காடுகளில் யானையை உற்றுநோக்கும் வாய்ப்பு அவருக்கு கிடைக்கிறது. முதலாம் உலகப்போரில் யானைகளை எப்படி மனிதன் பழக்கப்படுத்தியிருக்கிறான் என்ற வியப்பில் ஆழ்ந்த அவர் யானையை குறித்து நாட்குறிப்பேடு ஒன்றை ஆர்வமுடன் எழுதுகிறார், அதையே பின்னாளில் யானைக்கூட்டம் என்ற புத்தகமாக வெளியிடுகிறார்.அந்த புத்தகமும், அழியும் பேருயிர் யானைகள்-ச.முகம்மது அலி மற்றும் யோகனாந்த் அவர்களின் புத்தகம் மூலமும் தெரிஞ்சிக்கிட்டேன்.

அதோடு பரம்பிக்குளத்தில் உள்ள *Information study centre* ல் இருக்கும் முருகன் அவர்கள் கூறிய அரிய தகவல்களும் சேர்ந்த்துதான் இந்த செய்திகள்.

பொதுவாக, யானை மாமிசம் உண்ணாது, ஆனால் புலி, அல்லது சிங்கத்தால் தொல்லைன்னா புலியை, சிங்கத்தை யானை கொன்று இருக்கிறது. ஆனால் இளம் யானையைதான் பல சிங்கங்கள் சேர்ந்து வேட்டையாடும், வளர்ந்த பெரிய உருவம் கொண்ட யானையை இவைகளால் வீழ்த்த இயலுவதில்லை.

உண்மையிலும் உண்மை யானைக்கு மிகுந்த நினைவாற்றல் உண்டு

யானைக்கு நினைவாற்றல், அறிவாற்றல் அதிகம். ஒரு கூட்டு சமூகமாக வாழும் இவை தனது அறிவை சந்ததிக்குக் கடத்துவதில் வல்லவை. தரையில் வாழும் உயிரினங்களிலேயே யானையின் மூளையே மிகப்பெரியதாகும். ஐந்து கிலோ கிராமுக்கு சற்று அதிகமாக எடையை இது கொண்டிருக்கிறது. யானைகள் தங்களின் பல ஆயிர வருடங்களான வழித்தடங்களை, வலசைப் பாதைகளை மறக்காமல் அப்படியே நினைவில் வைத்திருக்கின்றன.

மனிதர்களில் ஆண்களின் குரலின் ஏற்ற இறக்கம் $110Hz$, பெண்ணின் குரலின் ஏற்ற இறக்கம் $220 Hz$, குழந்தைகளின் குரலின் ஏற்ற இறக்கம் $300 Hz$ ஆகவும் இருக்கிறது (Fluctuates).

ஆனால் ஆண் யானைகள் $12 Hz$, பெண் யானைகள் $13 Hz$, குட்டி யானைகள் $22 Hz$.

அளவு குரலின் ஏற்ற இறக்கம் இருக்கும். அதாவது மனிதனால் $20 Hz$ கீழுள்ள ஒலிகளை கேட்க முடியாது.

நம்ம செல்போன்ல ரிங்டோன் இருக்க மாதிரி நிறைய வகை ஒலிகளை எழுப்பகூடியவை யானைகள். இதுல பாதியை நம்மால் கேட்க முடியாது. ஏன்ன $5 Hz$ லிருந்து $10000 Hz$ வரை ஒலி எழுப்பும்.

யானை எழுப்பும் ஒலிகள் இன்ஃப்ரா சோனிக் சௌண்ட்(INFRASONIC SOUND) மூலமாகத் தொடர்பு கொள்கிறது. இது 300 கி.மீ கடந்து அங்கிருக்கும் யானைக்குக் கேட்குமென்று கூறுகிறார்கள். அத்தகைய குரல்கள் மூலம் பருவமடைந்த பெண் மற்றும் ஆண் யானைகள் அழைப்பு விடுத்துக்கொள்ளுமென்றும் சொல்லப்படுகிறது.

யானைகள் மணிக்கு 32 கி.மீ/ 40கி.மீ வேகத்தில் ஓடக்கூடியது.

யானைக்கும் மனிதனுக்குமான மோதல்கள் பல நூற்றாண்டுகளாகத் தொடர்ந்து கொண்டேயிருக்கிறது. தந்தங்களுக்காவும், மருத்துவப் பயன் என்ற பெயரிலும், பெரிய உருவத்தை அடக்கியாளும் எண்ணமும் யானையை விடாது துரத்துகிறது.

யானைக்கு இவ்வளவு பெரிய உடல் இருந்தாலும் நன்றாக நீரில் நீந்தும். நாலரை மீட்டர் ஆழத்திலும் நீந்திச் செல்லும். மனிதன் எவ்வளவு நேரம் தண்ணீரில் மூச்சைப் பிடித்துக் கொண்டிருக்க முடியுமோ அவ்வளவு நேரம் யானையாலும் இருக்க முடியும்.

யானை மூச்சு விடுவது தும்பிக்கையால் தான் என்றாலும் வாசனை அறிவது வாயினால்தான். யானைக்கு வாசனை அறியும் நரம்புகள் அங்குதான் இருக்கின்றன. துதிக்கையால் பெரிய மரத்தையும் சாய்த்துவிடும் வலுவான தசைகளைப் பெற்று இருக்கிறது.

யானைகளிடம் விசித்திரமான பழக்கங்கள் உள்ளன. காட்டில் யானைகள் ஒன்றுடன் ஒன்று சண்டையிடுவதைப் பார்த்தால் வேடிக்கையாக இருக்கும். சண்டையின் போது களைப்பாக இருந்தால் சிறிது நேரம் ஓய்வு எடுத்துக்கொள்ளும். சிறிது நேரம் மேயும், தண்ணீர் குடிக்கும். பின்பு மீண்டும் சண்டையைத் தொடரும். இப்படியே பல நாட்கள் நீடிக்கும்.

ஆசிய யானைகள் படுத்துப் புரள்வது உண்டு. ஆப்பிரிக்க யானைகளோ எப்போதும் படுப்பதில்லை. நின்று கொண்டேதான் தூங்கும். யானை என்று படுக்கிறதோ அன்று அதன் மரணம் நெருங்கி விட்டது என்று பொருள். யானை படுத்தால் அது மரணப்படுக்கை தான். .

இலக்கியத்தில் யானை

ஒலியல் வார் மயிர் உளரினள், கொடிச்சி

பெரு வரை மருங்கில் குறிஞ்சி பாட;

குரலும் கொள்ளாது, நிலையினும் பெயராது,

படாஅப் பைங் கண் பாடு பெற்று, ஒய்யென

மறம் புகல் மழ களிறு உறங்கும் நாடன்;

- அகத்திணை(குறிஞ்சி)

யானை திணைப்புலம் காக்கும் பெண்ணின் பாடலைக் கேட்டு மயங்கி நின்று விட்டதாம்.

ஆண் யானையைக் களிறு என்றும், பெண் யானையைப் பிடி என்றும், யானையின் குட்டிகளைக் கன்று அல்லது யானைக் குட்டி என்றும் சொல்கிறர்கள்

இது போக யானையின் தமிழ்ப்பெயர்கள்...

யானை (கரியது)
வேழம் (வெள்ளை யானை)
களிறு
களபம்
மாதங்கம்
கைம்மா (விலங்கு துதிக்கையுடைய)
உம்பர்
உம்பல் (உயர்ந்தது)
அஞ்சனாவதி
அரசுவா
அல்லியன்
அறுபடை
ஆம்பல்
ஆனை
இபம்
இரதி
குஞ்சரம்
இருள்
தும்பு
வல்விலங்கு
தூங்கல்
தோல்
கறையடி (உரல் போன்ற பாதத்தை உடையது)

எறும்பி
பெருமா (பெரிய விலங்கு)
வாரணம் (வாரிபோடுவது அல்லது சங்கு போன்ற தலையை உடையது)
புழைக்கை / பூட்கை (துளையுள்ள கையை உடையது)
ஓங்கல் (மலைபோன்றது)
நாக
பொங்கடி (பெரிய பாதத்தை உடையது)
கும்பி
தும்பி (துளையுள்ள கையை உடையது)
நால்வாய் (தொங்குகின்ற வாயை உடையது)
குஞ்சரம் (திரண்டது)
கரேணு
உவா (திரண்டது)
கரி (கரியது)
கள்வன் (கரியது)
கொம்பன்
கயம்
சிந்துரம்
வயமா
புகர்முகம் (முகத்தில் புள்ளியுள்ளது)
தந்தி
மதாவளம்
தந்தாவளம்
கைம்மலை (கையை உடைய மலை போன்றது)
வழுவை (உருண்டு திரண்டது)
மந்தமா
மருண்மா
மதகயம்
போதகம்

யூதநாதன் (யானைக்கூட்டத்துத் தலையானையின் பெயர்)

மதோற்கடம் (மதகயத்தின் பெயர்)

கடகம் (யானைத்திரளின்/ கூட்டத்தின் பெயர்)

என்ன நண்பர்களே எத்தனை பேருன்னு மலைப்பா இருக்கா, நம் மொழியின் தொன்மைக்கும், சிறப்புக்கும் இது ஒரு சான்று.

சுற்றுச்சூழலில் யானையின் பங்கு

ஒவ்வொரு வனத்திற்கும் ஒரு கானுயிர், உயிர்ச்சூழலை செழிப்புறச் செய்யும்.

அந்த வகையில் மேற்குத் தொடர்ச்சி மலையின் உயிர்ச்சூழலை செழிப்புறச் செய்வது யானைதான்.

வளர்ந்த யானைகளின் உணவு சுமார் 250 கிலோ உணவும் 150 லிட்டர் தண்ணீரும் ஆகும்.எனினும் உண்ட உணவில் சுமார் 40 சதவீத உணவை மட்டும்தான் ஜீரணிக்கிறது, மற்றவை கழிவுகளுடன் வெளியேறுகிறது.

இந்தக் கழிவுகளில் யானைகள் உண்ட பெரும் மரப்பட்டைகள் போன்ற உணவுப் பொருட்கள் மென்மையாகி வெளிவருகிறது. இதை உண்டே வண்ணத்துபூச்சிகளும், பல்வேறு வண்டுகளும் வாழ்கிறது. பெரும் மரப்பட்டைகளை உரிக்கவும் அதை ஜீரணிக்கவும் முடியாத சின்னஞ்சிறு வண்டினங்களுக்கு உணவை அளிக்க இயற்கை படைத்த மாபெரும் உயிரினம்தான் யானை. வண்ணத்துப்பூச்சிகள் இருந்தால்தானே மகரந்த சேர்க்கை மற்றும் அயல் மகரந்த சேர்க்கை நடந்து மரங்களும், செடி, கொடிகளும் பல்கிப் பெருகி வனமாகும். அதே போல் குளிர்காலத்தில் யானையின் சாணத்தில் உள்ள கதகதப்பில் குளிரைத் தீர்த்துக்கொள்ள சிற்றுயிர்கள் சாணத்தில் குடியேறும். இப்படியாக யானை காட்டைப் பாதுகாக்கிறது.

எல்லா உயிரினங்களும் இன்புற்றிருக்க வேண்டும் என்பது கூட உயிரினப் பாதுகாப்பான அறிவியல் குரலாகவோ,அழகியல் பார்வையாகவோ இன்றி, பாவம், புண்ணியம்,

இறைச்சியுண்ணாமை, தீண்டாமை சார்ந்தெழுந்த கருத்தாகவே, இன்று உயிரினங்கள் படும் அவலநிலையால் அறிய முடிகிறது.

பொல்லாத பொருளாதார உலகம் அச்சடித்த காகிதத்தை சோறுக்கும், நீருக்கும் ஈடாக்கிவிட்டது, இதனால் உயிரினங்களின் தேவை இரண்டாம் பட்சமாகிவிட்டது. யானையின் வலசைப் பாதை (Elephant corridor) அதைப் போன்றே பல்வேறு பறவைகளின் வழித் தடங்களும் இன்று, ரயில் தடங்களாகவும், உயர்ந்த கட்டிடங்களாகவும், மின் மற்றும் அலைபேசி கோபுரங்களாகவும் வழிமறித்து நிற்கின்றன.

உயிரினங்களின் வாழ்விடத்தையும், வழித்தடங்களையும் ஆக்ரமித்து உயிரைப் பலி வாங்கி விடுகிறது இன்றைய முன்னேற்றம். யானைகளை கும்கி யானையாக மாற்றுவது, வழிப்பாட்டுத் தலங்களில் நிற்க வைத்துப் பிச்சையெடுக்க வைப்பது போன்ற செயல்களைக் காணும் போதெல்லாம், கம்பீரம் தொலைத்த யானை கண்ணீரைத்தான் வரவழைக்கிறது.

எந்த நாட்டில யானை இல்லையோ அவர்களே யானையைப் பற்றிக் கவலைப்படுகிறார்கள். ஆனால் நாம், யானைகளின் இருப்பிடமான காட்டை அழித்தும், யானைகளை அழித்தும் நமக்கான அழிவைத் தேடிக்கொள்கிறோம். யானைகள் இருந்தால் மட்டுமே மழைக்காலமும், குயிலோசையும் இருக்கும்.

யானையால் காடும், காட்டால் நாமும், நம்மால் காதலும் வாழட்டுமே!

காதலிக்க யானை வேணுங்க ! யானை நலம் காப்போம்!

3. மைனா

மிமிக்ரி ஆர்ட்டிஸ்ட் மைனா.

மைனா பார்த்திருக்கீங்களா ?

அட படம்(சினிமா)இல்லைங்க... பறவை. அதுவும் காட்டுமைனா.

மைனாவின் வாழ்வியல்

அட ஆமாங்க மேலே கூறிய வரிகளில் இருக்கும் அத்தனையையும் செய்வார் நம்ம மைனர் மைனா!

நாகணாவாய்புள், மற்றும் சிறுபூவாய் என்றெல்லாம் அழகிய தமிழில் அழைக்கப்பட்ட பறவையின் வடமொழிப் பெயராம் மைனா.

நம்ம மைனார் என்னவெல்லாம் செய்றார் வாங்க கேட்போம்.

மலை மைனா, நாட்டு மைனா, இப்படி வகை வகையா இருக்குறார்.

மைனான்னு பேர் வச்சதால மைனர் ரேஞ்சுக்கு, பாம்பு , பல்லின்னு யாரும் வம்படிக்க முடியாது... அடி பின்னி பெடல் எடுத்திடுவார் நம்ம ஆளு.

பார்க்க சாதுவா இருந்தாலும், யாரையும் அடிச்சுத் துரத்துறதுல கிங்.

மைனா என்று நாம் அழைக்கும் இப்பறவை *Common Myna* என்று ஆங்கிலத்திலும் *Acridotheres tristis (linnacus)* என்று அறிவியலிலும் அழைக்கப்படுகிறது. கணவனும் மனைவியும் எப்பொழுதும் ஒன்றாகவும், ஒற்றுமையாகவும் இருக்கும் சிறந்த பறவை "மைனா". ஆணும், பெண்ணும் சேர்ந்து பேசிக் கொண்டே இருக்கும்.

தோற்றம்:

பழுப்பு நிறம் உடல் முழுவதும், முகம், கழுத்து கருமை நிறமும், சிறகுகளின் நுனியிலும், வாலிலும் கருமை நிறமும், சிறகுகளின் அடியில் ஆங்காங்கே வெள்ளை நிறம், கால்கள், மூக்கு, கண் இமைகள் - மஞ்சள் நிறத்தில் இருக்கும். ஆண், பெண் பார்ப்பதற்கு ஒரே நிறத்தில் இருக்கும் . இதன் நடையில் ஒருவித கம்பீரமும், வீரமும் இருக்கும்.

வாழ்விடம்:

ஆசிய கண்டம் முழுவதிலும் இவற்றைக் காணலாம். 1863ஆம் ஆண்டு ஆஸ்திரேலியாவிலும், 1870ஆம் ஆண்டு நியூசிலாந்திலும், 1902ம் ஆண்டு தென்ஆப்பிரிக்காவிலும், அமெரிக்காவிலும் இவற்றை அறிமுகம் செய்யப்பட்டது. நம் மனிர்களால் வயல்களில், சிறிய காடுகளில், பூங்காவனத்தில், காடுகளிலும் இவற்றை அதிகமாகக் காணலாம்.

உணவு:

மனிதர்களுடன் அதிகம் வாழ்வதால், மனிதன் எவற்றையெல்லாம் உண்பானோ அவற்றை எல்லாம் உண்ணும். அவ்வப்பொழுது மற்ற பறவைகள் போல் பழங்கள், பூச்சிகள், பல்லிகளை உண்ணும். வெட்டுக்கிளி தான் இதற்கு மசால் தோசை!

இனப்பெருக்கம்:

ஆண் பெண்ணின் ஒற்றுமை அதிகம். 50-50 என்றால் அவைதான். கூட்டைக் கட்டுவது முதல் இரைதேடும் இடம் ஆகியவற்றை ஒன்றுகூடிப் பேசி முடிவெடுக்கும். இரண்டு கூடுகள் கட்டும். ஒன்று வருடம் முழுவதம் வசிப்பதற்கு மற்றொன்று

இனப்பெருக்த்திற்கு! 3-5 முட்டைகள் இடும். முட்டைகள் பச்சை கலந்த நீல நிறத்தில் இருக்கும். அடைகாப்பது 11-18 நாட்கள். மூன்று முதல் நான்கு வாரத்திற்குக் குஞ்சுகள் முழுமையாக வளர்ந்து விடும். ஆண் பறவை காவல் காப்பதில் சிறந்தது. தன் குஞ்சுகளுக்குப் பறக்கக் கற்றுக் கொடுத்து சிறந்த தந்தையாக விளங்கும்.

மிகச் சிறந்த பல்குரல் வல்லுனர் இப்பறவை. சுமார் 170 வகையான ஒலிகளைக் காப்பியடிக்கும்.

இலக்கியத்தில் மைனா

சரி! தூதுக்கு எதை எதை எல்லாம் விடலாம்? ஒரு பழம்பாடல் ஒன்று கூறுகிறது.

"இயம்புகின்ற காலத் தெகினமயில் கிள்ளை
பயம்பெறுமே கம்பூவை பாங்கி - நயந்த குயில்
பேதை நெஞ்சம் தென்றல் பிரமரம் ஈரைந்தும்
தூதுரைத்து வாங்கும் தொடை".

அதாவது எகினம் எனப்படும் அன்னம், மயில், கிளி, மேகம், தற்காலத்தில் மைனா எனப்படும் பூவை, தோழி, குயில், நெஞ்சம், தென்றல், பிரமரம் எனப்படும் வண்டு என்னும் பத்தும் தூது செல்லப் பயனாகும் என்று அந்தப்பாடல் சொல்லுகிறது. இவை தலைவியினால் தலைவனுக்கு அனுப்பப்பட்டு தலைவியின் காதலை தலைவன் அங்கீகரித்ததின் அடையாளமாக அவனிடமிருந்து அவன் அணிந்த மாலையை வாங்கி வரக்கூடியவை என்றும் பாடல் சொல்கிறது.

சுற்றுச்சூழலில் மைனாவின் பங்கு

ஆஸ்திரேலியாவின் மெல்பேர்னில் தேரை, வெட்டுகிளி, வண்டு, பூச்சின்னு எல்லோரும் காட்டில் இருந்து நாட்டுக்குள் வந்து அட்டகாசம் செஞ்சிருக்காங்க.

நம்ம மைனர் கிழக்காசிய நாடுகளான இந்தியா மற்றும் இலங்கையை சேர்ந்தவங்க. அதனால் ஆஸ்திரேலியாவில் இருந்து இவங்களுக்கு விருந்து அழைப்பு வந்திருக்கு...

போனவங்க, அடி துவம்சம் பண்ணி கல்யாண சமையல் சாதம்னு தேரை, வெட்டுகிளி, வண்டு, பூச்சி வகையறாவை ஒரு கை பார்த்திட்டாங்க.

1970 ல் போன *110* பேரும் *2006* ல் *93000* பேரா ஆகி, அங்கிருந்த தேசிய பறவையினத்தை ஒடுக்கி ஆட்சியை நிலைநாட்டியிருக்காங்க.

நம்ம மைனர் மைனாவை காலி பண்ணக்கூடிய உயிரினம் இல்லாததால் கொண்டாட்டமாய் பல்கிப் பெருகிட்டாங்க.

மரப்பொந்துகளில் வாழும் மற்ற பறவைகளை வெளியில் தள்ளி விடுறது, கூடு கட்ட இடம் தராம சேட்டை செய்றது. பூங்காக்களை பப்ளிக் லெட்ரினா பயன்படுத்தி நாசம் செய்றதுன்னு இவங்க மேல ஏகப்பட்ட கம்ப்ளெயிண்ட்...

இவங்களைப் பிடிக்க பொறி தயார் செய்யத் துவங்கிடுச்சு மெல்பேர்ன். இதில் இருந்து உணவு சங்கிலியில் ஒவ்வொரு கண்ணியும் எவ்வளவு முக்கியம்னு புரியும்.

நம்ம மைனர் மைனா, பயிர்களைக் கத்தரிக்கும் வெட்டுக்கிளியப் போட்டுத் தள்ளுவதில் கில்லாடி.

நம்ம ஊரில் தரையில் மேய்வதும், மரப்பொந்துகளில் வாழ்வதும், வெட்டுக்கிளி பிரியாணி சாப்பிடுறதுமா ஜாலியா இருக்காங்க.

இவங்க விவசாயிக்கு உற்ற தோழன். இலக்கியத்திலும், திரைப்பாடலிலும், தரையிலும், படத்திலும் முதலிடத்தில் இருக்கறாரு நம்ம மைனர் மைனா. பாடுவதிலும், பேசுவதிலும் பலே ஆள். குரல் மாற்றிப் பேசுவார். அதனால் நிறைய பறவைகள் இருக்கிற மாதிரி தோன்றும். மிமிக்ரி ஆர்டிஸ்ட்.

இம்புட்டு திறமையான மைனரை ச்சே... மைனாவைப் பார்த்ததும் நமக்கும் அப்படியே ஒரு லவ் ஆயிடுச்சு.

சிறுபூவாய் என்று இலக்கியம் கூறும் மைனா இருந்தால் விவசாயத்திற்கு நல்லது. நமக்கும் நல்லது. வெட்டுக்கிளிகளைக் கட்டுப்படுத்துவதில் முக்கிய இடம் வகிக்கும் மைனா, உணவு தானியங்கள் வீணாகாமல் பாதுகாப்பதோடு, பூச்சிக்கொல்லிப் பணியையும் பார்க்கும் மைனா மனித குலத்திற்கு ஆற்றும் பணி மகத்தானது.

மைனா உணவுச் சங்கிலியில் முக்கியப் பங்கு வகிப்பதால், சுற்றுச்சூழல் சமனுக்கு மிக உறுத்துணையாக இருப்பதோடு, இயற்கை அளித்திட்ட இனிய பூச்சிக்கொல்லியுமாகும். மைனாவைப் பாதுகாப்போம் மனித வளம் மேம்படுத்துவோம்.

4. ஆந்தை

இரவாடிப் பறவை

ஆந்தையின் வாழ்வியல்

மனிதன் தோன்றிய காலம் முதல் அவனுடன் வாழ்ந்து வரும் பழமை வாய்ந்த பறவை ஆந்தை. புராண காலங்கள் முதல் இன்று வரை இதை "கெட்டது, அபசகுனம், கண்டால் காரியத் தடை" என்று பல மூட நம்பிக்கைகள் உள்ளன.

வாழ்முறை:

ஆங்கிலத்திலே ஆந்தைகளின் கூட்டத்திற்கு பாராளுமன்றம் (Parliament) என்று பெயர்! கூட்டமாகச் சில சமயம் காணப்பட்டாலும் பெரும்பாலானவை தனிமையில்தான் வாழும். இரவு நேரங்களில் மட்டும் வெளியே வரும். எலி, பூச்சி, பறவை, மீன்கள் ஆகியவற்றை வேட்டையாடி உண்ணும். அன்டார்டிகா, கிரீன்லாந்து போன்ற கடுமையான குளிர் பிரதேசங்களைத் தவிர உலகின் எல்லா இடங்களிலும் இவை வாழும்.

தோற்றம்:

அறிவியலாளர்கள் உருவ அமைப்பைக் கொண்டு இதை *Tytonidea* (சிறியவை), *Strigidae* (பெரியவை) என்று பிரிக்கின்றனர். விழிகள் பூதக் கண்ணாடி போன்றவை. பகலில் மங்கலாகவும் இரவில் கூர்மையாகவும் இவற்றிற்குப் பார்வை தெரியும்.

ஆந்தையின் சிறகுகள் நீளமாக இல்லாமல் ஒரு விதமான வட்ட வடிவமாக அமைந்திருக்கும்; இது எளிதில் வளைந்து கொடுத்து, வேட்டையாடுவதற்கு மிக ஏற்றதாய் இருக்கிறது.

முட்டைகள் வெள்ளை நிறத்தில் இருக்கும். 3-5 முட்டைகள் இடும். முட்டை பொரிந்து குஞ்சு வர 31 முதல் 37 நாட்கள் ஆகும்.

தமிழ் நாட்டில் அதிகமாகக் காணப் படும் ஆந்தைகள்

சின்ன ஆந்தை - *Indian Scops Owl*

கூகை ஆந்தை - *Barn Owl*

கொம்பன் ஆந்தை - *Indian Eagle Owl*

புள்ளி ஆந்தை - *Spotted Owl*

பழக்க வழக்கங்கள்:

'காகம் உறவு கலந்து உண்ணக் கண்டீர் ' என்பார் தாயுமானவர். ஆந்தைகளும் அப்படியே. தான் வேட்டையாடிய உணவைத் தன் இனத்தை அழைத்துப் பகிர்ந்து உண்ணும்.

பெண் ஆந்தைகள் இரவு முழுவதும் பேசிக் கொண்டே இருக்குமாம்! தோட்டத்து வீடுகளில் வசிப்பவர்கள் ஆந்தையின் வம்பில் தூக்கம் இழந்து இதை நன்கு அறிவார்கள்.

மேலும் சில இனங்கள் இரவு நேரத்திலும், மற்றவை பகலிலும் சுறுசுறுப்பாகவும் இருக்கிறது.

இரவில் வேட்டையாடும் ஆந்தைகளுக்கு இருண்ட கருவிழிகள் இருந்தால், யாராலும் கவனிக்கப்படாமல் இருக்கும். இதுவே இருண்ட கருவிழிகள் மற்ற உயிரினங்களை விட கண்டிப்பாக இரவு நேர *active* உயிரினங்களில் உருவாக வாய்ப்புள்ளது என்று கணிக்கபட்டுள்ளது.

பொதுவாக ஒரு ஆந்தையின் கண் நிறம் எந்த நாளில் அவை சுறுசுறுப்பாக இருக்கும் என்பதை உங்களுக்குத் தெரியப்படுத்தும்.

கருப்பு = இரவில்

மஞ்சள் = பகலில்

ஆரஞ்சு = காலை & மாலை

இலக்கியத்தில் ஆந்தை.

"சிறுகூகை யுட்கவிழிக்க வூமன் வெருட்ட"

-மூத்த திருப்பதிகம்.

காரைக்காலம்மையார். 2-3

காரைக்காலம்மையாரின் மூத்த திருப்பதிகத்தில் ஊமன் என்ற பெயர் ஊமைக் கோட்டான் என்ற இந்தப் பெரிய ஆந்தையையே குறிப்பிட்டுள்ளதைக் கவனிக்க வேண்டும்.

நற்றிணை 83; குறிஞ்சித் திணையில் பெருந்தேவனார் பாடல்:

எம் ஊர் வாயில் உண் துறைத் தடைஇய

கடவுள் முது மரத்து உடன் உறை பழகிய

தேயா வளை வாய் தெண் கண் கூர் உகிர்

வாய்ப் பறை அசாஅம் வலி முந்து கூகை

மை ஊன் தெரிந்த நெய் வெண் புழுக்கல்

எலி வான் சூட்டொடு மலியப் பேணுதும்

எஞ்சாக் கொள்கை எம் காதலர் வரல் நசைஇத்

துஞ்சாது அலமரு பொழுதின்

அஞ்சு வரக் கடுங் குரல் பயிற்றாதீமே.

'அறிவுடையவன்' என்ற பொருளில் 'ஆதன்' என்ற சொல் சங்ககால வழக்கத்தில் இருந்ததால், ஆதன்+அந்தை என்பதில் இருந்து ஆந்தை என்ற பெயர் உருவாகி இருக்கலாம் என தமிழறிஞர்கள் கருதுகின்றனர். ஆந்தையைப் பேரறிவுள்ள பறவையாக அக்காலத் தமிழர்கள் கருதியுள்ளனர். ஆந்தையைப் பற்றிய இத்தகைய உயர்வான கருத்தால்,

"சிறைக்குடி ஆந்தையார்" "கொட்டியூர் நல்லாந்தையார்", "பிசிராந்தையார்", "மன்னெயில் ஆந்தை", "ஒதல் ஆந்தையார்"

என்று பெயர் சூட்டியிருக்கக் கூடும் என்று தோன்றுகிறது.

சுற்றுச்சூழலில் ஆந்தையின் பங்கு

சோளக்கொல்லைப் பொம்மை தெரியுமா?

சோளக்கொல்லைப் பொம்மைக்கும் ஆந்தைக்கும் என்ன தொடர்புன்னு கேட்கிறீங்க...

அறிவியலைக் கண்டுபிடிச்சுட்டோம்னு அலம்பல் செய்ற நாம் செய்த அறிவிலி செயலை பாருங்க...

நம்ம ஆந்தையாரோட ஃபேவரிட் ஃபுட் எலி. நம்ம ஆளு சுத்தமான அசைவக்காரர்.

நெல் வயலில் 15% வரை நெல்லைக் கத்தரித்துத் தன் வலைக்குக் கடத்திடுவார் நம்ம எலியார்.

பஞ்சகாலத்தில் விவசாயிகள், எலி வளையிலிருந்து நெல்லை எடுப்பது வழக்கம்.

எலியார் வேகமாக இனப் பெருக்கம் செய்யகூடியவர். அதனால் குறைந்த காலத்தில் பெருகிடுவார், அப்போ எவ்ளோ நெல்லைக் கடத்துவார்னு பாருங்க.

இவரை எப்படிக் கட்டுப்படுத்துவது?

நம்ம முன்னோர்கள் எவ்வளவு அறிவியல் அறிந்தவர்கள் என்று பாருங்கள்.

ஆந்தையாருக்கு எலி ஃபேவரிட் ஃபுட் ன்னு ஏற்கனவே பார்த்தோம்...

ஆந்தையாருக்கு லாங்க் ஸைட் அதாவது தூரப் பார்வை, தூரமாக இருப்பது தெரியும் கிட்டே இருக்கிறது தெரியாது. கண்ணும் மனிதர்களுக்கு இருப்பது போல் நேரா இருப்பதால், கழுத்தைத் திருப்பித்தான் பார்ப்பார். எத்தனை டிகிரி தெரியுமா? 270 டிகிரி கழுத்தை திருப்புவார் நம்ம ஆந்தையார். அவற்றின் கண்களுக்குச் சில அங்குலங்கள் தூரத்திலுள்ளவற்றைத் தெளிவாகப் பார்க்கமுடியாது. எனினும், அவற்றின் பார்வை, விசேடமாக மங்கலான வெளிச்சத்தில் மிகவும் சிறப்பானது.

இதையெல்லாம் யோசனை செய்து, நம்ம முன்னோர்கள் செங்குத்தா ஒரு குச்சியும், குறுக்கே ஒரு குச்சியும் அடிச்சி (T மாதிரி) வயலில் நட்டு வச்சிடுவாங்க.

நம்ம ஆந்தையார் அதில் வந்து உட்கார்ந்திடுவாங்க... எலியைக் குறிப்பார்த்து போட்டுத் தள்ளிடுவார்.

இப்படி எலியைக் கட்டுப்படுத்த நம்ம முன்னோர்கள் நட்டு வச்ச குச்சிக்கு சட்டிய மாட்டி, சட்டையப் போட்டு, சோளக்கொல்லை பொம்மை ஆக்கிட்டாங்க... அது எந்தக் கொல்லையில் இருந்தாலும் அது சோளக்கொல்லை பொம்மைதான்.

இப்படி, விவசாயிகளுக்கு உதவியாக இருந்த ஆந்தையில் ஐந்து வகை இருக்கிறது என்கிறது சங்க இலக்கியம்.

அவை கூகை, குரால், குடிஞை, ஊமன், ஆண்டலை என்பவையாகும். ஆந்தை அல்லது கோட்டான் என்பது இந்த இனத்திற்கானப் பொதுப் பெயர்களாகும்.

அனைத்து ஆந்தைகளுக்குமே பிரதான உணவாய் எலி இருக்கிறது. இன்றைக்கு விவசாயிக்கு முக்கியத்தொந்தரவாய் இருப்பவை, எலி, பெருச்சாளிகளே! அவற்றை உணவாக்கிக்கொண்டு விவசாயிக்கு நண்பனாய் விளங்குகின்றன

ஆந்தைகள்.. அதுவும் இனப்பெருக்கக் காலத்திலும், குஞ்சு பொரித்துள்ள போதிலும் இவை எலி மட்டுமின்றி, தவளை,பாம்பு, ஓணான், வெட்டுக்கிளி, வண்டுகள் எனப் பலவற்றை வேட்டையாடும்.வெண் ஆந்தையெல்லாம் சாதாரணமாக ஒரே இரவில் ஐந்திற்கும் மேற்பட்ட எலிகளை வேட்டையாடுமாம்.

இப்படியாக இயற்கை சமநிலையைப் பேணிக் காக்கின்றன ஆந்தைகள். இவ்வாறு நமக்கு நண்பனாய் இருக்கிற ஆந்தைகளை மந்திரம், மாந்திரீக செயல்பாடுகளுக்கு வேட்டையாடி பலிகொடுப்பது மக்களின் அறியாமையையே காட்டுகிறது. வடமாநிலங்களில் இந்தக் கொடூர வழக்கம் அதிகம்..

பூச்சிக்கொல்லி பயன்படுத்தாது, பயிர்களுக்கு ஊறு செய்யும் பூச்சிகள் மற்றும் விலங்கினங்களை இயற்கையாகக் கட்டுப்படுத்தத் தெரிந்த நம் முன்னோர்கள் அறிந்திருந்த உணவுச் சங்கிலி என்ற பெரிய அறிவியலை இன்று நாம் இழந்து வருகிறோம் என்பதை உணர்ந்தாலே பாதிப் பிரச்சனைக்குத் தீர்வு கிடைத்துவிடும்.

ஆந்தையார் அபசகுனம் இல்லை... அவரே நம் காவலர். உணவைப் பாதுகாத்துத் தருபவர்.(Food Security).

எலியை சாப்பிடும் ஆந்தை உணவு சங்கிலியின் ஒரு முக்கியக் கண்ணி என்பதை நாம் உணர வேண்டும்.

ஆந்தையாரைப் போற்றுவோம், அனைவருக்குமான உணவைப் பாதுகாப்போம். அப்போ எலி பாவம்ல என்போர் அடுத்த பகுதி வரை காத்திருங்கள்.

5. எலி

அட! என்ன பார்க்கிறீங்க. இன்னைக்கு நம்ம எலியாரைத்தான் பார்க்கப்போறோம்.

பாருங்க, சங்க காலத்திலிருந்தே நம்ம எலியாரை எல்லோரும் திட்டி தீர்த்திருக்காங்க. என்ன காரணம்னு பார்த்தால், நம்மாள் ஒரே அஜால் குஜால் பார்ட்டி, காதல் மன்னன்... ஒரு குடும்பத்தை உருவாக்க சொன்னால் ஊரையே உருவாக்கும் அளவுக்கு இனப்பெருக்கம் செய்றவரு.

அதே நேரத்தில், பொறுப்பான ஆளு, தன் குடும்பத்திற்கு வேண்டிய உணவை சேகரிக்கிறதுல கில்லாடி. குடும்பமா சேர்ந்து நெற்கதிர்களை அறுவடை செய்து தன் வளைக்குக் கொண்டு போயிடுவார்.

அதனால், கவிதை, விதை இரண்டையும் விவசாயம் செய்யும் மனிதர்களுக்குக் கடுமையான கோபம் இவர் மேல.

கவிஞர்கள் பாடி சாடினா, விதைப்பவர்கள் பொறி வச்சும், விஷம் வச்சும் சாகடிச்சிடுறாங்க.

அட என்ன? இயற்கையின் படைப்பில் எல்லாவற்றுக்கும் ஒரு தனித்துவம் இருக்கணுமே. பார்க்கலாம் வாங்க...

எலியின் வாழ்வியல்

அளவு:

அளவு மாறுபடலாம். மிகச்சிறிய உயிரினங்களில் ஒன்று வியட்நாமிய ஆஸ்கட் எலி ஆகும், இது 12 முதல் 17 சென்டிமீட்டர் வரை நீளமாக இருக்கும். இருப்பினும், மிகப்பெரிய இனங்கள், போசாவி கம்பளி எலி, சுமார் 82 சென்டிமீட்டர் அளவைக் கொண்டுள்ளது.

பற்கள்:

எலிகளின் பற்கள் ஹீட்டோரோடோன்ட்ஸ் மற்றும் டிகோடோன்ட்கள். அவற்றின் கீறல்கள் நீளமானவை, உளி வடிவத்தை அளிக்கின்றன. அதன் பல்வரிசையில் இரண்டு கீறல்கள் உள்ளன, அவை தொடர்ந்து வளர்கின்றன, மேலும் மூன்று மோலர்களும் உள்ளன. அவர்களிடம் கோரைகள் மற்றும் பிரீமொலர்கள் இல்லை.

தலை:

இது திடமான மற்றும் சுட்டிக்காட்டப்பட்ட, நேர்த்தியான மற்றும் குறுகிய முடிகளால் மூடப்பட்டிருக்கும். அவரது கண்கள் மற்றும் முக்கியக் காதுகள் தனித்து நிற்கின்றன.

இலக்கியத்தில் எலி

விளைபதச் சீறிடம் நோக்கி, வளைகதிர்
வல்சி கொண்டு, அளை மல்க வைக்கும்
எலிமுயன் றனைய ராகி, உள்ளதம்
வளன்வலி உறுக்கும் உளம் இலாளரோடு
இயைந்த கேண்மை இல்லா கியரோ;
கடுங்கண் கேழல் இடம்பட வீழ்ந்தென,
அன்று அவண் உண்ணா தாகி, வழிநாள்
பெருமலை விடரகம் புலம்ப, வேட்டெழுந்து

இருங்களிற்று ஒருத்தல் நல்வலம் படுக்கும்

புலிபசித் தன்ன மெலிவில் உள்ளத்து

உரனுடை யாளர் கேண்மையொடு

இயைந்த வைகல் உளவா கியரோ.

-சோழன் நல்லுருத்திரன் *(190)*.

நெல் விளைந்த சமயத்தில், சிறிய இடத்தில், கதிர்களைக் கொண்டுவந்து உணவுப்பொருட்களை சேகரித்து வைக்கும் எலி போன்ற முயற்சி உடையவராகி, நல்ல உள்ளம் இல்லாமல், தம்முடைய செல்வத்தை இறுகப் பிடித்துக் கொள்பவர்களுடன் நட்பு கொள்வதைத் தவிர்க. கொடிய பார்வையையுடைய பன்றி, தன்னால் தாக்கப்பட்டவுடன் இடது பக்கமாக விழுந்தது என்பதால் அதை உண்ணாது, பெரிய குகையில் தனித்திருந்து, பின்னர் வேட்டையாட விரும்பி, எழுந்து, பெரிய யானையைத் தாக்கி வலப்பக்கம் வீழ்த்தி அதை உண்ணும் பசியுடைய புலிபோல் தளராத கொள்கையையுடைய வலியவர்களோடு நட்பு கொள்க என்கிறது பாடல்..

கூட்டினார் கிளியின் விருத்தம் உரைத்ததோர்

எலியின் தொழில்

பாட்டு மெய் சொலிப் பக்கமே செலும் எக்கர்

தங்களைப் பல்லறம்

காட்டியே திருவாலவாய் அரன் நிற்கவே

(திருவாலவாய் பதிகம் : பா : 5)

என்று திருஞானசம்பந்தர் கிளிவிருத்தம், எலியின் தொழில்பாட்டு (எலியின் விருத்தம்) பற்றிக் கூறுகிறார்.

சுற்றுச்சூழலில் எலியின் பங்கு

அட ! நம்ம மாதிரியே எலிகளோட தனித்துவத்தை ஒருத்தர் ஆராய்ச்சி செய்திருக்கார்.

நெதர்லாந்த் நாட்டைச்சேர்ந்த விஞ்ஞானி பேட்ரிக் ஜான்சன், பல ஆண்டுகள் ஆய்வுக்குப் பின்பு கண்டுபிடித்தார்.

எலிகளுக்கு ஆதரவாக இவர் பேசியபோது எல்லோரும் இவரைக் கேவலமாகத்தான் பார்த்தார்கள். ஆனால், காலம் செல்லச்செல்ல எலிகள் பற்றி அவர் சொல்லிய கருத்துகள் சரியானவை என்று எல்லோரும் ஏற்றுக் கொள்ளத் தொடங்கிவிட்டார்கள்.

எலிகள் இயற்கைக்கு நன்மை செய்கின்றன, என்பதை ஆய்வுப்பூர்வமாக நிரூபிக்க, ‘அகவுடிக்’ என்ற ஒருவகைப் பெருச்சாளிகளைத் தேர்வு செய்தார். தென் அமெரிக்கக் காடுகளில் காணப்படும் இவற்றின் கழுத்தில் கண்காணிப்புக் கருவிகளைப் (ஜி.பி.எஸ்) பொருத்தினார். மாதக்கணக்கில் எலிகளைக் கண்காணித்தார். அதன் பிறகு, ஆராய்ச்சி முடிவை வெளியிட்டார்.

மரத்தின் கீழே கொட்டிக் கிடக்கும் விதைகளை உணவுக்காக அந்தப் பெருச்சாளிகள் சேகரிப்பது வழக்கம். இப்படி விதைகளைச் சேகரித்து முதலில் எடுத்துச்சென்ற பெருச்சாளி, சுமார் 9 மீட்டர் தொலைவில் கொண்டு சென்று புதைத்து வைத்தது. இப்படி புதைக்கப்பட்ட விதைகளில் சிலவற்றை அந்த இடத்திலிருந்து கடத்திச் சென்ற இன்னொரு பெருச்சாளி, 5 மீட்டர் தொலைவு வரை பரலவாகக் கொண்டு செல்லப்பட்டன. எலிகள் தின்றது. போக, மீதியுள்ள விதைகள் ஆங்காங்கே முளைத்து, மரங்களாக வளரத் தொடங்கின.

தாய் மரத்திலிருந்து 70 மீட்டர் தொலைவில் புதுக்கன்றுகள் முளைப்பதற்கு இந்தப் பெருச்சாளிகள் காரணமாக அமைந்திருந்ததை உறுதிப்படுத்திய பேட்ரிக் ஜான்சன், பூமியில் விதைகள் பரவுவதற்கு எலி இனங்களும் பணியாற்றுகின்றன என்று தன் ஆய்வு முடிவைத் தேங்காய் உடைச்ச மாதிரி சொன்னார்.

கூடவே, எலிகள் தோண்டும் வளையின் வழியே நீரும், ஒளியும், காற்றும் வேரின் விளிம்பைத்தொட்டு பயிரின் உயரத்திற்கு உதவுகிறது

இந்தச் செய்தியைப் படித்தவுடன், பஞ்சகாலத்தில் விவசாயிகள், எலி வளையிலிருந்து நெல்லை எடுப்பார்கள் எனப் படித்திருக்கிறேன். கூடவே இன்று மீண்டும் விதையாக முடியா மலட்டுப் பயிர்களைப் பயிர் செய்கின்ற நமக்கு, அந்தக் காலத்து நெல்வகைகள் ஏதேனும் எலி வலையில் கிடைத்தால் பெரிய வரம்தான்.

அதே நேரத்தில், பொரி வைத்து எலிகளைக் கட்டுப்படுத்துவதற்கு சின்க் பாஸ்ஃஃபைட் என்ற நஞ்சை பயன்படுத்துவது வழக்கமாக உள்ளது. நெல்லைப் பொரித்து அதில் சின்க் பாஸ்ஃஃபைட் என்ற எலிக்கொல்லியை கைபடாமல் தேங்காய் எண்ணெயுடன் கலக்கி வரப்புகளில் மாலை வேளைகளில் போடுவார்கள். இதனைத் தின்றவுடன் தண்ணீர் குடிக்க தண்ணீர் இருக்கும் இடம் தேடி எலிகள் ஓட்டமெடுக்கும். சற்று நேரத்தில் எலி உயிரைவிடும். எலி மட்டும் அல்ல எலிகளைப் பிடித்து உண்ணும் பாம்புகளும், இறக்க நேரிடும். பருந்து போன்ற எலிகளை உண்ணும் பறவைகளும் நஞ்சு தின்ற எலிகளைத் தின்பதால் இறக்க நேரிடும். இந்த முறை இயற்கை முறை விவசாயத்திற்கு மட்டுமல்ல, உயிர் சங்கிலியைப் பாதுகாக்கவும் பயனற்றது.

எங்க பிரச்சனை எங்களுக்கு, கதை சொன்னா விதைக்கு ஆகுமா? என நீங்கள் கேட்பது புரிகிறது.

வயலைச் சுற்றி புதினா சாகுபடி செய்தால், அந்தப் பக்கம் நம்ம எலியார் தலை வச்சுப் படுக்க மாட்டாராம். எலிக்கு விஷம் வச்சா, மண்ணும் விஷமாயிடுங்க... இயற்கை முறையிலேயே இயற்கையைக் கட்டுப்படுத்த வழியிருக்கு.

மனிதனின் சுயநலத்தால் பூமிக்கும்,மற்ற உயிர்களுக்கும் நடக்கும் வன்முறையைச் சொல்லி மாளாது.

விதை பரவலுக்கும், உணவு தானியங்களைப் பதுக்கிப் பஞ்ச காலத்தில் உதவும் எலியார், பல மறைந்து போன உணவு தானிய வகைகளைக் கண்டெடுக்கவும் உதவி செய்கிறார்.

எலிகள் மனிதர்களுக்கு எதிரியாக இருக்கலாம். ஆனால் இயற்கையைப் பொறுத்தவரை என்றுமே நண்பன்தான்!

மனிதனும் நண்பனாக முயற்சித்தால் நன்மையே!!

6. இருவாய்ச்சி

இன்று ஒரு காவியம் பற்றிச் சொல்லப் போறேன். உடனே கருவாச்சி காவியம்னு நினைச்சுக்காதீங்க !

நான் சொல்லப் போறது... "இருவாச்சி காவியம்"

பெயர் வைப்போம் வாங்க...

இருவாய்ச்சியின் வாழ்வியல்.

சங்கத்தமிழில் இருவாச்சிக்கு மலைமுழுங்கான், மலைப்பொங்கன், இருதலையன், இருவாயன்...இப்படி சங்க இலக்கியத்தில் இவங்க பெயர் இருக்கிறது. இவங்கள சொண்டு பறவைன்னும் அழைக்கிறாங்க

சில இருவாய் இனங்களில் அலகின் மேல் புடைக்கும்

சொண்டு (Casque) இல்லை: கேரளாவின் மாகாணப்புள்ளான மலபார் இருவாய் புள்ளுக்கு சொண்டு இல்லை. ஆனால், மற்ற இனங்களுக்குப் புடைப்பாக உள்ள சொண்டு உண்டு.

சொண்டு என்றால் உதடு, எனவே இருவாய்ப் புள்ளுக்கு சொண்டுக்குருவி எனப்பெயரும் உண்டு. மலைமொங்கான், இரட்டைச் சொண்டன், தெலுங்கில் கொம்முக்குருவி.

ஒருபுறம் மட்டும் கூர்நுனி இருப்பின் வசி/வாசி/வாச்சி. இருபுறமும் கூர்மையாக இருப்பது இருவாய்/இருவாய்ச்சி (வாய்/

வய் - கூர்மை. ;வய்யே கூர்மை என்பது தொல்காப்பியம்.) இருவாச்சி படமும், இருவாச்சி முல்லைப் பூவிதழும், இருவாய்/ இருவாச்சி (ஹார்ன்பில்) அலகும் ஒப்பிட்டால் பண்டைத் தமிழர் பெயர் கொடுத்த திறனைப் புரிந்துகொள்ளமுடியும்.

வய்யே கூர்மை என்னும் தொல்காப்பியச் சூத்திரத்தால் வசிதல் - துளைத்தல், பிளத்தல், வளைத்தல் என்ற பொருள்கொண்ட வினைச்சொல் சங்க இலக்கியத்தில் பறக்கக் காண்கிறோம். தோய்த்தல் என்னும் நொதிப்பது என்ற பொருளுடைய வினைச்சொல் தோசை என வருகிறது. அதேபோல், வை(வய்) > வசி/வாசி.

என்றாலும்... இவங்களைப் பற்றிய பாடலை என்னால் கண்டுபிடிக்க முடியவில்லை.

அய்யோ!

பியானோவை வாசிக்காதீர்கள்

அதில் இருவாச்சியின்

கதறல் கேட்கிறது.

- பிகாஸோ (என்று நினைக்கிறேன், அவர் ஓவியர்)

சரி வாங்க... காதல் ஓவியம் பாடும் காவியம்... அட ஆமாங்க இருவாச்சியின் காவியம் ஒரு காதல் ஓவியம்தான்.

ஆண் இருவாச்சி ஒரு மன்மதன் என்றால், நம்ம பெண் இருவாச்சி ரதி. இனப்பெருக்கக் காலத்தில் இணைந்து கூடு கட்ட உயரமான மரங்களை தேடுவாங்க. தேர்ந்தெடுந்த மரத்தில் கூடு என்பது மரப்பொந்துதான்.

நம்ம ரதி முட்டையிடும் காலத்தில், இந்த மரப்பொந்தில் அமர்ந்த உடன், நம்ம காதல் மன்னன் தன் எச்சில் மற்றும் ஆற்றுப்படுகை மண் கொண்டு மூடிவிடுவார். ஒரு சிறு துவாரத்தை மட்டும் நம்ம ரதி அலகு நீட்டும் வகையில் விட்டு வைச்சுடுவார். மன்மதனின் எச்சிலில் ஒரு விஷத்தன்மை இருப்பதால், வேறு எதிரிகள் இந்த பொந்தை நெருங்க முடியாது.

ரதி சிறந்த காதலி மட்டுமில்லை, சிறந்த தாயும் கூட. வலியோடு தன் சிறகுகளை உதிர்த்து மிருதுவான படுக்கை ஒன்றைத் தயார் செய்து மூன்று முட்டைகள் இடுவாங்க நம்ம ரதியம்மா.

இருவாச்சி குஞ்சுகள் வளரும் வரை, மன்மதன் வெளியில் சென்று இரை தேடி வருவார். அதை ரதியின் அலகில் தருவார் நம்ம காதல் மன்னன். தாய்ப் பறவை, இந்த உணவுகளைக் குஞ்சுகளுக்கு ஊட்டி, தானும் உண்டு வாழும்.

குஞ்சுகள் பெரிதானதும், தாய் மற்றும் சேய்களை வெளிக்கொண்டு வருவார் நம்ம காதல் மன்னன். நம்ம ரதியம்மா, சிறகை உதிர்த்ததால் பறக்க முடியாம இருப்பாங்க. குஞ்சுகளுக்கும், தாய்க்கும் சிறகு முளைக்கும் வரை, பொறுப்பா நம்ம காதல் மன்னன் உணவு கொண்டு வந்து தருவார். என்ன உணவுன்னு கேட்கிறீங்களா?

இவங்க அனைத்துண்ணி என்பதால் வெஜ், நான் வெஜ்ன்னு அடி தூள்தான்.

இணைப்பிரியாது, வேறு இணை தேடாது ஒரே இணையுடன் இறுதிவரை வாழும் காதல் பறவைகள் இவர்கள். ஒரு வேளை, உணவு தேட சென்ற மன்மதன் வேடர்களால் வீழ்த்தப்பட்டாலோ, அல்லது வேறு காரணத்தினால் உயிரிழந்தாலோ, திரும்பி வரும் எனக் காத்திருந்து, பின் ரதியம்மா உயிரை விட்டுவிடும்.

காதலனுக்காக உயிரை விடும் காதலியும், காதலிக்காகப் பார்த்து, பார்த்து ஒவ்வொன்றையும் செய்து உயிரையும் துச்சமாக மதித்து உணவு தேடும் காதலனும் காவியம் தானே...

அதான் இருவாச்சி காவியம்னு சொன்னேன்.

இவங்க ஹார்ன்பில் என்ற மரத்தில்தான் பெரும்பாலும் கூடு கட்டுவாங்க அதனால்தான் இவங்களை ஹார்ன்பில் என்று அழைப்பார்கள்.

சுற்றுச்சூழலில் இருவாய்ச்சி.

அதுசரி இவங்களைப் பற்றி நாம் ஏன் தெரிஞ்சிக்கணும்...

இருவாச்சி இல்லைன்னா நாம் இல்லைங்க. என்ன அதிர்ச்சியா பார்க்கிறீங்க.

ஆமாங்க ஆமா... இருவாச்சி இல்லைன்னா மழைக்காடுகள் இல்லை. மழைக்காடுகள் இல்லைன்னா மழை இல்லை..

நீரின்றி அமையாது உலகு.

இருவாச்சி உண்டு வெளியேற்றும் எச்சத்தில் இருக்கும் தாவர விதைகள் உயிர்ப்புத் தன்மை மிக்கதாக இருப்பதால், மழைக்காடுகள் செழித்து வளர்கின்றன. மனிதனால் மழைக்காடுகளை உருவாக்க முடியாது.

நம்ம மன்மதனும், ரதியும் கூடி குலவிட உயர்ந்த மரங்கள் வேண்டும், இவங்க தரைப் பகுதிக்கு வரமாட்டாங்க. ஆனால் மழைக்காடுகளை தேயிலை, காஃபித் தோட்டத்திற்காக, அணை, சாலை என பல்வேறு தேவைகளுக்காக அழித்து விட்டதால், இவங்க குடியிருக்க மழைக்காட்டு மரம் இல்லாமல், இனபெருக்கம் செய்யாமல் அழிந்து வருகிறார்கள்.

இருவாச்சி, இருவாய்ச்சி, இருவாட்சி என்றெல்லாம் அழைக்கப்படும் இவங்கதான் மழைக்காட்டின் குறியீடு.

பல்லுயிர் சூழலுக்கு அதிகம் உதவி செய்யும் இருவாச்சி கேரளா மற்றும் அருணாச்சல பிரதேசத்தின் மாநிலப் பறவை,மற்றும் மியான்மர் நாட்டில் உள்ள சின் மாநில அரசுகளின் மாநிலப் பறவையாகும்.

மழைக்காடுகளில் பெய்யும் மழைதான் காவிரிப்பூம்பட்டினம் வரை வருடந்தோறும் ஓடுகிறது. அதற்குக் காரணம் நம்ம காதல் பறவைகளான இருவாச்சிகள் தான்.

காதலர்களை வாழவைப்போம்! மழைக்காடுகள் போற்றுவோம்!! மழை பெறுவோம்! மகிழ்ந்திருப்போம்!!

7. கரையான்

உலகத்தில் ஏக ஜாலியான ஆண் யார்?

கரையானின் வாழ்வியல்.

உலகத்திலேயே அதிகமாக இனப்பெருக்கம் ஆகும் ஓர் உயிரினம் கரையான்தான்.

கரையான்தான் இயற்கையின் முதல் கட்டிடப் பொறியாளர். கரையான் புற்றின் கட்டிட சிறப்பைப் பற்றி ஒரு தனி ஆய்வுக் கட்டுரையே எழுதலாம்.

நிலத்தின் கீழே ஈரமும், வெளியே வெப்பமும், முரண்பட்ட நிலையில் நீடித்தால், கரையான்கள் புற்று கட்டிக் குடிபெயர்கின்றன.

நிலவறையில் ஒரு ஏர்கண்டிஷன் போன்று வெப்பநிலையை வைத்துக் கொள்ளும் அளவிற்குக் கட்டிடம் நுட்பம் கொண்டது.

ராணி, ராஜா, சிப்பாய், வேலைக்காரக் கரையான்கள் என ஒரு பெரிய சாம்ராஜ்ஜியமே நடக்கிறது அந்த மண்கோட்டைக்குள்.

ஆமாம், ராஜாவிற்கு ஒரு அறை, ராணிக்கு ஒரு அறை, பிறக்கும் கரையான் குஞ்சுகளுக்குத் தனி அறை என மாளிகையின் உட்புறம் விரிகிறது.

நிலவறையில் 30 டிகிரிக்கு மிகாமல் வெப்பநிலை பராமரிக்கப்படுகிறது. சிம்னி போன்று புற்றின் வெளியில் தெரியும் அமைப்புதான் இதற்கு காரணம்.

நுரையீரலைப்போல் இச்சிம்னியின் வழியே பகலில் உள்ளிழுக்கப்படும் காற்று, இரவில் வெளியிடப்படுகிறது.

இந்த சீதோஷண நிலையில் உள்ளே ஒரு பூஞ்சை விவசாயமே நடக்கிறது.

சரி வாங்க ஜாலியான ஆண் யாருன்னு பார்ப்போம்.

நம்ம ஆள் ராஜா கரையானுக்கு ஒரு ஜோலியும் கிடையாதுங்க, ராணி கரையானோடு ஜாலி பண்ற ஒரே ஜோலிதான் அவருக்கு.

நம்ம ராணி கரையானுக்கு என்ன வேலையா? எப்போதும் போல் அதிகாரம் செய்றதுதான்.

கரையானோ, யானையோ, ஆணோ எல்லோருக்கும் ராணி பெண் தானே. இந்த மண்கோட்டையில் மதுரை ராஜ்ஜியம்தான்.

அம்மணிக்கு முட்டை வைக்கிறது, கோட்டையில் சிப்பாய் மற்றும் வேலைக்காரக் கரையான்களின் வேலையைக் கண்காணிக்கிறதுன்னு ராஜமாதாவா உலா வருவாங்க.

சிப்பாய் மற்றும் வேலைக்காரக் கரையான்களில் ஆண் பெண் இனம் இருந்தாலும், அவங்க இனம் பெருக்கம் செய்ய முடியாது.

நம்ம ராஜமாதா அளவில் பெரியவங்க, நான்கு சம அளவு இறக்கை கொண்டவங்க. இவங்க 15-20 வருடங்கள் உயிர் வாழக்கூடியவங்க.

சிப்பாய்கள் எல்லாம் கோட்டையின் வெளிப்புறத்தில் பிறை வடிவ வாயிலில் காவல் செய்வாங்க.

டாண்ணு தினம் ராணியம்மாவுக்கு வெதர் ரிப்போர்ட் தர்ற வேண்டிய வேலை இவங்களுடையது. அப்புறம் எல்லைப் பாதுகாப்பு போர் புரிதலும் இவங்க வேலைதான். இவங்க போரில்

இறந்து எண்ணிக்கையில் குறைஞ்சா? ராஜமாதாவுக்கு எப்படித் தெரியும்.

இயற்கையிலேயே சிப்பாய் மற்றும் வேலைக்காரக் கரையான்களின் உடலில் ஒரு வித மணம் இருக்கும், அந்த மணம் குறையக் குறைய ஆள் அவுட்ன்னு கண்டுபிடிச்சிடுவாங்க ராஜமாதா.

ஆள் குறைந்தது எந்த டிபார்ட்மெண்ட்னு பார்த்து, உடனே உயிரோடு இருக்கிற கரையான்களுக்கு அந்த டிபார்ட்மெண்ட்க்குப் பணியிட மாறுதல் வழங்கிடுவாங்க.

வேலைக்காரக் கரையான்களின் வேலை, முட்டை குஞ்சானதும், இளவரசர் மற்றும் இளவரசிக் கரையான்களை வளர்த்தெடுப்பது, படுக்கை அமைத்து பூஞ்சான்களை விவசாயம் செய்றது.

உள்ளே 30 டிகிரியை மெயிண்டைன் செய்து ஒரு பூஞ்சை விவசாயம் செய்ற பெரிய அக்ரிடெக்னாலஜி இன்றைய நாள் வரை தொய்வில்லை.

அறுவடைக் கரையான்னு ஒரு குரூப் கிளம்பி நெல் வயலுக்குப் போயி கதிரை அறுத்து எடுத்து வருவாங்க.

ஒரே முறையில் 2000 முட்டை வரை வைப்பாங்க நம்ம ராஜமாதா.

மக்கள்தொகை பெருகி இட நெருக்கடி, உணவு நெருக்கடி ஏற்பட்டு, கொஞ்சம் கரையான் ராஜ்ஜிய மக்கள் மடிய ஆரம்பிப்பாங்க.

அப்போ நம்ம தலைவி ராஜமாதா இனம் காத்த தலைவியா எழும்பி ஒரு சிறப்பு வகை முட்டையை இடுவாங்க.

அந்த சிறப்புக் கரையான்களும் ராணிக் கரையான்தான். நான்கு இறக்கைகளோடு, நல்லா சாப்பிட்டுத் தூங்கி வளருவாங்க.

நம்ம சிப்பாய்க் கரையான் அனுப்பும் வெதர் ரிப்போர்ட்டில் காற்று குறைவாக ஈரப்பதத்துடன் கூடிய வானிலை அறிக்கை இருந்தால், ராஜமாதா சிறப்பு ராணிக் கரையான்களை வெளியில் அனுப்புவாங்க.

சும்மா சல் சல்ன்னு வெளி வர்ற சிறப்பு ராணிக் கரையான்களைத் தான் நாம் ஈசல் என்கிறோம். காற்று அதிகமா இருந்தால் அங்கேயே இறக்கை உதிர்ந்து விழுந்திடுவாங்க, அதனால் காற்று குறைவான காலத்தில் வெளி வர்ற இவங்க மழையின் குறியீடு.

இவங்க வேலை என்ன? பறந்து வரும்போதே இவங்களில் 80 சதவீதப் பேரை ஓணான்,பல்லி போன்றவர்கள் போட்டுத் தள்ளிடுவாங்க. மீதம் உள்ளவங்க தாய் வீட்டை விட்டுக் கொஞ்ச தூரம் தள்ளி வந்து இறக்கை உதிர்ந்து விழுந்திடுவாங்க.

இப்போதான், நம்ம மக்கள், கவிஞர்கள் எல்லாம் அடடா ஈசலுக்கு வாழ்நாள் ஒருநாள்தான் கவலைப்படவும், கவிதை எழுதவும் ஆரம்பிச்சிடுவாங்க..

இது உண்மையா?ன்னு கேட்டால் கவிதைக்குப் பொய்யழகுன்னு பாடணும்.

ஆமாம்ங்க ! இந்த ஈசல் இறக்கையை உதிர்த்தப் பின் குளுமை நிறைந்த மண்ணுக்குள் சென்று அங்கு புதுசா, ஒரு கரையான் காலனியை ஆரம்பிக்கும்.

ஈசலுக்கு வாழ்நாள் ஒரு நாள் இல்லை.

சில சுவராசிய செய்திகளைப் பார்ப்போம்.

ஒரு கோட்டைக்கு ஒரு ராணிதான் இருக்கணும். ஒருவேளை இரண்டுகோட்டை இணைந்து இரண்டு ராணி வந்துவிட்டால்?

எவ அவன்னு இரண்டு ராணியையும் போட்டுத்தள்ளிட்டு, நம்ம ராஜா புது ராணியைக் கொண்டு வந்திடுவார்.

ஒரு ராணிக்கு ஒரு ராஜான்னு வாழறவங்கதான்... ராஜா

இறந்திட்டார்ன்னா, முற்போக்கு சிந்தனையோடு மறுமணம் புரிவாங்க நம்ம ராணியம்மா.

கடினமான மரங்களை எப்படி இவங்க கடிக்கிறாங்கன்னு பார்த்தால். சாப்பாட்டைப் பார்த்துவுடன் ஜொள்ளு விடும் மனுசங்க மாதிரி, இவங்களும் ஜொள்ளு விடுறாங்க, அதில் மென்மையாகி விடுமாம் மரம் அப்புறமென்ன ஜமாய்க்க வேண்டியது தானே.

இவங்க சாப்பாட்டை, வீட்டுக்கு கதவா, ஜன்னலா, இருக்கையா வச்சிக்கிறோம் விடுவாங்களா? அதான் அவங்க உணவைத் தேடி நம்ம வீட்டுக்கு வந்து கதவை,ஜன்னலை சாப்பிட ஆரம்பிச்சிடுவாங்க.

நம்ம கதவை, ஜன்னலை சாப்பிடறவங்களைப் போட்டுத் தள்ளாமல் என்ன பேச்சுன்னுதானே கேட்கிறீங்க...

இலக்கியத்தில் கரையான்.

நொய்யசிறு வன்மீக மூடக்கண்டு நொடிப்பளவி னிற்சிந்தை நொந்தவேந்தன்.

- திருத்தொண்டர் புராணம்.

1112

என்னா நவின்றேத்து சசிகேள்வ னுக்கெம்பி
ரானோதுவான்
வன்மீக நாப்பண் சிறுச்செல் லுருக்கொண்டு
வார்வில்லுடை
அந்நா ணறத்தின்று பின்கீர்த்தி கொள்கென்ன
வருள்செய்தலும்
பொன்நாடர் கோமானும் விடைகொண்டு
மீண்டான் பொருக்கென்றரோ

1113

அவ்வாறு புற்றிற் கிளைத்தெய்தி யந்நா ணறத்தின்றுழிப்
பைவாய்ப் பணிப்பாய லான்செ‌ன்னி யறுபட்டு வீழ்ந்தவ்விடம்
இவ்வாய்மை யாற்சின்ன மாகேச வத்தானம் என்றாயதால்
செவ்வே குறைச்செ‌ன்னி யாறங்கணோடுந் திருத்தக்கதே

- காஞ்சி புராணம் (வன்மீகநாதர் படலம் பாடல் 1112 &1113)

சமஸ்கிருதத்தில் கரையானை வன்மீகம் என்று சொல்கிறார்கள். சங்க இலக்கியத்தில் வன்மீகம் என்ற சொல் மூலம் கூறப்படுவது கரையான் என்ற சமூக பூச்சியினத்தையே.

வால்மீகி பெயர் காரணம் யாவரும் அறிந்த ஒன்றே. நிற்க.

சுற்றுச்சூழலில் கரையானின் பங்கு.

அட சத்தம் போடாமல், இந்த ரகசியத்தைக் கேளுங்க. கரையான் இல்லா பூமியை கொஞ்சம் நினைச்சுப் பாருங்க...

புரியுதா ... ஆமாங்க மரம், மட்டை, சருகு, விறகுன்னு எல்லாத்தையும் மட்க வைக்கிறது இவங்கதான். செல்லுலோஸ் என்கிற ஒன்றை இவங்களால சாப்பிட முடியாது, அதனால் செல்லுலோஸ் ன்னு ஒன்றை உருவாக்கி மட்க வைத்து களானா(பூஞ்சான்) வளர்த்து சாப்பிடுவாங்க.

கரையான் மட்க வைக்கும் மரமும், சருகும்தான் மண்ணிற்கு வளம் சேர்க்கும் உரம். இவங்க கதவு ஜன்னல்ன்னு 10 சதவீதம்தான் நமக்கு இழப்பு. (அவங்க சாப்பாட்டை கொண்டு வந்திட்டு நமக்கு இழப்புன்னு சொல்லிக்கிறோம்.)

மீதம் 90 சதவீத வேலையை கரையான் அண்ட் கோ செய்யாவிட்டால், மண் என்னவாகும், விழுந்த மரம் என்னவாகும், நினைத்துப் பார்க்கவே பயமா இருக்கு.

கரையான் மண்ணுக்குத் தோழன், விவசாயிகளின் நண்பன். இவங்களைக் கொஞ்சம் தள்ளி வைக்க வேப்பிலைப் பொடியைத் தூவலாம்.

இவங்களுக்குக் கசப்பு ஆகாது.

கரையான் என்ற அலட்சியம் வேண்டாம்.

கரையானே வனநலம் காக்கும் மண் மருத்துவர்.

கரையான் காப்போம் ! காடு வளர்ப்போம் ! களிப்புடன் வாழ்வோம்.

8. புலி

புலியின் வாழ்வியல்

புலி நம் தேசிய விலங்குதானே. தெரியும். ஆனா அது என்ன சாப்பிடும்? எங்கேயிருக்கும்? காட்டுக்கு ராஜா சிங்கந்தானே அப்புறம் ஏன் புலிய தேசிய விலங்கா வச்சாங்க?

புலி நம் தேசிய விலங்கு, ஏன் சிங்கத்த வைக்கலைன்னு யோசிச்சேன்.

"புலி பசிச்சாலும் புல்லைத் தின்னாது"

புலிகளோட பூர்வீகம் கிழக்கு மற்றும் தெற்கு ஆசியா, கிழக்காசிய நாடுகளில் புலியைத்தான் காட்டுக்கு அரசன் என்று சொல்வாங்க, புலியோட நெற்றியில் 王 அடையாளம் போல இருக்கும் அது சீன எழுத்தில் அரசன் என்பதைக் குறிக்கும்.

வரலாற்றில் புலிக்கும் சிங்கத்திற்கும் இடையிலான போர்களில் புலியே பெருமளவில் வெற்றி பெற்றுள்ளது. அதனால்தான் புலி தேசிய விலங்கா இருக்கும்னு நினைக்கிறேன். சரி வாங்க

ஜூலை 29 சர்வதேச புலிகள் தினம், புலி மேல கோடு இருக்குல அதப் பத்தி பார்ப்போம்.

புலியோட நிறம் ஆரஞ்சும் மஞ்சளும் கலந்த மாதிரி ஒரு நிறம்

அது மேல கறுப்புக் கோடுகள் இருக்கும்.

சரி புலிக்கு ஏன் புலின்னு பேர் வச்சாங்க நண்பர்களே கேட்டுக்கங்க "டைகர்" என்ற சொல் "தீகிரிஸ் " என்ற இலத்தீன் சொல்லிலிருந்து பெறப்பட்டுள்ளது. இந்தக் கிரேக்கச் சொல்லானது பாரசீக மொழியில் அந்த விலங்கின் வேகத்தைக் குறிப்பிடும் வகையில் "அம்பு" எனப் பொருள்படும் சொல்லிலிருந்து பிறந்திருக்கலாம். மேலும் டைகிரிஸ் என்ற நதியின் பெயரிலிருந்தும் பிறந்திருக்கலாம்.

பாந்தெரா என்ற சொல்லானது செம்மொழிகளின் வழியாகவே ஆங்கிலத்திற்கு வந்திருந்தாலும் பெரும்பாலும் அது கிழக்கு ஆசியாவில் தோன்றியதாக இருக்கலாம் எனக் கருதப்படுகிறது. அதன்படி இச்சொல்லுக்கு "மஞ்சள் நிற விலங்கு" அல்லது "வெளிர் மஞ்சள்" எனப் பொருள். புலி குறிஞ்சித் திணைக்குரியது.

புலி சரியான non vegetarian தெரியுமா?

இது உயர்நிலை ஊனுண்ணி, அதாவது மான்கள், காட்டெருமைகள், காட்டுப் பன்றி, இளம் யானைகள், கரடி, ஆடு, மாடுகள் இவையெல்லாம் இதோட உணவு, மனுஷனக் கொல்லாது ஏன் தெரியுமா? மாமிசம் கம்மியா இருக்கும்.

ஒரே நேரத்தில் 18 முதல் 20கிலோ எடையுள்ள மாமிசத்தை சாப்பிடும்.

3-4 நாட்களுக்கு 50-80 kg மாமிசம் சாப்பிடும் புலிக்கும் தண்ணில விளையாட ரொம்பவே பிடிக்கும்,அதனால தண்ணி உள்ள இடத்துக்குப் போய் விளையாடிட்டு, தண்ணி குடிக்கும், அப்புறம் கரையில படுத்துக் கிடக்கும், அங்கே வர விலங்குகளைத் தண்ணியில தள்ளி வேட்டையாடும்.

புலி செமையா கொழுத்த உடலும், 4மீ நீளமும், 300kg எடையும் இருக்கும்.இது ஆண் புலி. பெண் புலி அளவில் ஆண் புலியை விட சற்று குறைவா இருக்கும், கிட்டத்தட்ட 9-10 மீ உயரம் வரை தாண்டும்,60 கி.மீ வேகத்தில் ஓடும்.

புலி சுமார் 15 முதல் 25 வருடங்கள் வரை உயிர் வாழும். வயதான புலிக்கு வேட்டையாடுறது கஷ்டம் அப்போதான் மனுஷன சாப்பிடும்.

புலிகள் சுமார் 30 மைல் வரை தன்னோட எல்லையா வச்சிருக்கும்,மற்றபடி உணவிற்காக எல்லையை விரிவுப்படுத்தத் தேவைப்பட்டால் விரிவுப்படுத்திக் கொள்ளும். ஒரு புலியோட எல்லைக்குள் இன்னொரு புலி வந்தால் சண்டைதான் நடக்கும், புலி தனியாத்தான் வேட்டையாடும். புலி தனியாத்தான் வாழும்.

தனியாத்தான் வேட்டைக்குப் போகும்.30 அடி தூரத்தில் இரை இருந்தாலும் குறி தவறாமல் பிடிச்சுடும்.இரையோட பின் கழுத்தைப் பிடிச்சு முதுகெலும்பை உடைச்சு,சுவாசத்தை நிறுத்திடும்.

இருட்டில் எப்படிக் கண்ணு தெரியும்னு சந்தேகம் வருதா?

புலியோட கண்ணுல டபீடம் லூசிடம்மால் அப்படின்னு ஒரு சூப்பர் டூப்பர் லேயர் இருக்கு, அதாவது ஸ்பெஷல் லேயர், அதனால மனுஷன விட ஆறு மடங்கு நல்லா பார்க்கும் திறன் புலிகளுக்கு இருக்கு.

பகலில் வேட்டையாடும். ஆனா, அதுக்காக நிறைய சக்தியை செலவு செய்யணும், பகலில் மற்ற விலங்குகள் ரொம்பவே உஷாரா இருக்கும்.அதனால புலியார் என்ன செய்வார்னா? எல்லா விலங்குகளும் ஓய்வெடுக்கும் இரவு நேரத்தை வேட்டையாடப் பயன்படுத்திக்குவார்.

புலி பூனையினத்தைச் சேர்ந்ததுதான், டபீடம் லூசிடம்மால் தான் பூனையின் கண்ணின் பளபளப்பிற்கும் காரணம்.

என்ன நண்பர்களே,புலியப் பார்த்திருக்கீங்களான்னு கேட்கிறீங்களா? Zoo லேயும், சரணாலயத்திலேயும் பார்த்திருக்கேன், ஆனா, காட்டுப் புலியை (untamed wild tiger) ஒரு முறை இரவு நேரத்தில் தூரத்தில் இருந்து பார்த்திருக்கேன்.

கிட்டத்தில் பார்த்திருந்தா, கத சொல்ல நான் இருந்திருக்க மாட்டேன் பயத்திலேயே போயிருப்பேன்.

ஆனா,இப்படி காட்டுல புலிகளைப் பார்க்க முடியாதாதற்குக் காரணம் புலிகளோட எண்ணிக்கை நாளடைவில் குறைந்து வருவதுதான்.

ஏன் குறைஞ்சுது? பார்ப்போம்.

எந்தப் புலி தேசிய விலங்கு அப்படின்னு பெருமையா சொல்றோமோ,அந்தப் புலிய ஓட ஓட விரட்டியிருக்காங்க, முறத்தால் புலியை அடிச்ச வீரத் தமிழச்சியில் இருந்து, பொழுது போக்குக்காகப் பல விலங்குகளை வேட்டையாடிய ஆங்கிலேயே துரைமார்கள், அவர்களுக்குத் துணை போன ஜமீன்தார்கள் எனத் துரத்தியவர்களின் எண்ணிக்கை எண்ணிலடங்கா,

ஒவ்வொரு முறையும் 10 புலிகளுக்குக் குறைவில்லாமலும், 40 மற்ற விலங்குகளுக்குக் குறைவில்லாமலும் வேட்டையாடியிருக்கிறார்கள், பொழுது போக்கு மெல்ல சாகச விளையாட்டு ஆகவும், வீரத்தின் அடையாளமாகவும் மாறியது.

இதன் காரணமாக, 40000க்கும் மேலாக இருந்த புலிகள் இன்று ஆயிரம் அளவிற்குக் குறைந்துவிட்டது. அதோடு மட்டுமில்லாமல், நகர்மயமாகுதல், மற்றும் தொழிற்சாலைகளின் பெருக்கத்தால், காடுகள் பெருமளவு குறைந்ததும் பெரும் காரணம்.

மேலும், புலியின் தோல், நகம், பல், பால், முடி என அனைத்துப் பகுதிகளும் மருத்துவ குணமிருப்பதாக நம்பப்படுகிறது, அதனாலேயும் இதை வேட்டையாடிக் கொல்றாங்க....

புலி குறைஞ்சிடுச்சுன்னு எப்படிக் கண்டுபிடிச்சாங்க?

புலிகளின் கால் தடத்தின் (pug mark) எண்ணிக்கையைக் கொண்டு முதலில் கணக்கிட்டாங்க, ஆனா இது சரியான தகவலாக இல்லை.

ஏன்னா? சேறு போன்ற பகுதிகளில் நடக்கும்போது கால் தடம் சற்று விரிந்தும், மணல் பகுதிகளில் கால் எடுத்தவுடன் மணல் சரிந்து, கால் தடத்தின் அளவு,ஒரு குழப்பத்தைக் கொடுத்தது, அதனால Camera Traps என்ற முறையில் Trail camera பயன்படுத்தி எண்ணினார்கள்.

ஒரே புலி அதே வழியா, நிறைய முறை நடந்து போனா எப்படிக் கண்டுபிடிப்பாங்க? புலிக்கு இருக்குற கோடு கண்டிப்பா இன்னொரு புலியோட ஒத்துப் போகாது, கோடுகள் நம்முடைய கைரேகை மாதிரி, ஒவ்வொரு புலிக்கும் மாறும்.

புலி கோபப்பட்டா எப்படித் தெரியும்? புலியோட காதுகளுக்கு பின்னாடி வெள்ளை நிறத்தில ஐஸ்பாட்ஸ் இருக்கும், காது கறுப்பு நிறத்தில் இருக்கும். கோபம் வரும்போது காதுகள் உடம்போடு ஒட்டிக்கொள்ளும் அப்போ அந்த வெந்நிற ஐஸ்பாட்ஸ் நமக்குத் தெரியும், எஸ்கேப் ன்னு சொல்லி ஓடிடணும்.

ஒரு புலி ஒரே நேரத்தில் 2 முதல் 6 குட்டிகள் வரை போடும், குட்டிகள் பிறந்தவுடனயே, குட்டிகளோட பாதுகாப்பு கருதி அப்பா புலியை, தன்னோட எல்லையை விட்டு வெளியேற்றிவிடும். பெண் புலி, திரும்ப வந்தாலும் எல்லைக்குள் விடாமல் துரத்திடும்...

குட்டிப் புலிகளுக்கு தந்தைப் புலியேதான் எதிரி.

சங்க இலக்கியத்தில் புலி.

கடமா தொலைச்சிய கானுறை வேங்கை (கடமா - மிளா) என்ற மான் வகையையும்,வேங்கையைப் பற்றியும் குறிப்பிடுகிறது.

கொடுவரி பாய்ந்தென கொழுநர் மார்பில் - *மலை.302*

வய களிறு பொருத வாள் வரி உழுவை - *நற்.255*

வேங்கையும் புலி ஈன்றன - *நற்.389*

வேங்கை ஒள் வீ புலிப்பொறி கடுப்ப தோன்றலின் - *அகம். 228*

கருங்கால் வேங்கை வீ உகு துறுகல்

இரும்புலி குருளையின் தோன்றும் - *குறு.47*

அரும்பு அற மலர்ந்த கரும் கால் வேங்கை
மா தகட்டு ஒள் வீ தாய துறுகல்
இரும் புலி வரி புறம் கடுக்கும் - *புறம். 202*

இரும்பின் அன்ன கரும் கோட்டு புன்னை
நீலத்து அன்ன பாசிலை அகம்-தொறும்
வெள்ளி அன்ன விளங்கு இணர் நாப்பண்
பொன்னின் அன்ன நறும் தாது உதிர
புலி பொறி கொண்ட பூ நாறு குரூஉ சுவல்
வரி வண்டு ஊதலின் புலி செத்து வெரீஇ
பரி உடை வயங்கு தாள் பந்தின் தாவ - *நற்.249.*

கல் முகை வய புலி கழங்கு மெய்ப்படூஉ - *ஐங்கு.246*

இப்படி, தேசிய விலங்காக நாம் தெரிவு செய்திருக்கும் புலியைப்பற்றி பல்வேறு பாடல்களில் பதிவு செய்துள்ளனர் நம் தமிழர்கள்.

சுற்றுச்சூழலில் புலியின் பங்கு

புலின்னாலே பயமாயிருக்கு அத சாகடிச்சாங்கன்னு ஏன் ரொம்ப கவலைப்படுறன்னுதானே கேட்கிறீங்க.

நம் இந்திய வனப்பகுதிகளில் உணவுச் சங்கிலி தலையாய நிலையில் உள்ளதற்கு முக்கியக் காரணமாக அமைந்த விலங்கு புலி. புலிகள் ஒரு காட்டின் ஆரோக்கியத்தை நிர்ணயிக்கின்றன. புலிகள் தாவர உண்ணிகளின் எண்ணிக்கையைக் கட்டுக்குள் வைப்பதால் காட்டின் பல்லுயிர்ப் பெருக்கத்தை சமநிலைப்படுத்துவது மட்டுமின்றி காடுகளில் உற்பத்தியாகும் நதிகளையும் காப்பாற்றுகிறது.

புலிகளை Predators ன்னு சொல்வாங்க, இவங்க தான் காடுகளில் இருக்கிற மற்ற உயிரினங்களின் எண்ணிக்கையை

சமன் படுத்துவாங்க, இவங்க இல்லைன்னா, தாவரங்களை மட்டும் உண்ணக் கூடியவங்க பெருகிடுவாங்க, அப்போ காட்டுல இருக்கிற செடி, கொடி, மரங்க இவங்களுக்குப் பத்தாமப் போய்டும், அதனால இயற்கையிலேயே உணவுச் சங்கிலி சரியான முறையில இருக்கவும்..Ecology cycle சரியா இயங்கவும் இவங்க வேணும். அப்போதான் காடு காடாயிருக்கும்.

இப்படி நிறையக் கதைகள் சொல்லலாம், ஆனாலும் புலிகள் நம்மைத் துரத்தியதை விட நாம் தான் புலிகளைத் துரத்தியிருக்கிறோம்.

புலிகளைக் காக்க வேண்டிய பெருங்கடமை உணர்வோம். காடுகளே நீராதாரத்தின் மடி.

"புலிகள் காப்போம், புவி வெப்பமயமாதல் தடுப்போம்".

9. வண்ணத்துப்பூச்சி

காதலில் உயிர்விடும் ஆண் இவங்கதானா?

வண்ணத்துப்பூச்சியின் வாழ்வியல்.

அட ஆமாங்க வண்ணத்துப்பூச்சி அல்லது பட்டாம்பூச்சின்னு அழைக்கப்படுகிற ஒரு அழகிய பறக்கும் பூவினத்தைப் பற்றிதான் இங்கு பேசப்போறோம்.

சரி மேட்டருக்கு வருவோம்.

பூவிலிருந்து தேன் உறிஞ்சுவதும், உணவு தேடுவதும் தான் இதன் வேலை, அதைவிட முக்கியமான வேலை ஒன்னு இருக்கு.

"மண்ணில் இந்தக் காதலின்றி யாரும் வாழ்தல் கூடுமோ"

காதல்தான்...

வண்ணத்துப்பூச்சி, தன் சிறகின் நிறம் மற்றும் வெளிப்படுத்தும் மணத்தின் மூலம் எதிரிகளை விரட்டிடுவாங்க.

அதே நிறம் மற்றும் நறுமணத்தை வெளிப்படுத்தித் தன் இணையைக் கவர்வாங்க.

ஆணோ, பெண்ணோ இணைவு விருப்பத்தைத் தெரிவிக்கவும் அறியவும் சில குறிப்புகளைப் பயன்படுத்துகிறாங்க.

இவை கண்ணால் காணக்கூடியதாகவோ மணமாக உணரக்கூடியதாகவோ இருக்கும். கண்ணால் காணக்கூடிய குறிப்புகள், தன் இறக்கைகளில் உள்ள செதில்களை அசைத்துப் புற ஊதாக்கதிர்களைப் பல்வேறு விதமாக எதிர்கொள்ளச் செய்கின்றன.

இவ்வகைக் குறிப்புகள் மூலம் தான் ஆணா, பெண்ணா, எந்த இனத்தைச் சேர்ந்த பட்டாம்பூச்சி என்பனவற்றைத் தெரிவிக்கின்றன.

குறிப்புச் செய்திகள் சரியாக இருந்தால் அவ்வினத்தைச் சேர்ந்த எதிர்பால் (ஆண்-பெண் பால்) பூச்சி இணைய இசைவு தரும். இறக்கைகளின் செதிலில் மணம்பரப்பும் வேதியியல் பொருட்களும் உண்டு. இம்மணம்பரப்பிகள் வெகுதொலைவு செல்லும் திறன் கொண்டவை.

எனவே வெகு தொலைவில் உள்ள தன் இனப் பட்டாம்பூச்சியை ஈர்க்க வல்லது. பெரும்பாலான இனங்களில், ஆண் பூச்சியும் பெண் பூச்சியும் புணர்ந்த பின், ஆண் பூச்சி இறந்து விடுகின்றது.

இதுதான் உயிரைக் கொடுத்து காதலிக்கிறதோ?

இப்போ நம்ம பெண்ணரசி தன் காதலனுடன் இணைந்த கொஞ்ச நேரத்திலேயே முட்டை போடும் தன்மை கொண்டவங்க.

முட்டையைப் பத்திரமா இலைக்குக் கீழே உள்ள தண்டுப் பகுதியில் வைப்பாங்க. மழை, காற்றினால் சேதப்படாமல் இருக்கணும்னு. எவ்வளவு முன் யோசனை பாருங்க.

இந்த முட்டையிலிருந்து வண்ணத்துப்பூச்சியா மாற நாலு கட்டத்தை கடக்கணும்.

அட ஆமாங்க ஸ்கூல்ல வண்ணத்துப்பூச்சியின் வாழ்க்கை அப்படின்னு ஒரு வட்டம் போடுவோமே அதே அதே...

முட்டைப் பருவம், (2) புழுப் பருவம் (குடம்பிப் பருவம்) (3) கூட்டுப்புழுப் பருவம், (4) இறக்கைகளுடன் பறக்கவல்ல முழுப் பட்டாம்பூச்சி நிலை.

முட்டைகள் பல வடிவத்திலும், அளவிலும் இருக்கும். கண்ணுக்குத் தெரியாத அளவு மிகச்சிறிய அளவாகவும் இருக்கும். சில முட்டைகள் உடனே பொரிந்துவிடும். சில முட்டைகள் பொரிய நாட்களாகும்.

முட்டையிலிருந்து வெளிவரும் புழுதான் கம்பளிப் புழு. இவங்க உடம்பில் 14 வளையம் இருக்கும், உடல் மூன்று பகுதிகளாகப் பிரிக்கப் பட்டிருக்கும். முதல் பகுதியில் தலை, இரு உணர்வு கொம்புகள் பக்கத்திற்கு ஆறு வீதம் இருபக்கத்திற்கும் சேர்த்து பன்னிரெண்டு கண்கள் என இருக்கும்.

அடுத்த மூன்று பகுதியில் பக்கத்திற்கு மூன்று வீதம் இருபக்கதிற்கும் சேர்த்து ஆறு கால்கள் இருக்கும்.

புழுவாகி வெளிவந்தவுடன் நிலா காட்டி சோறூட்ட யாரும் இருக்கமாட்டாங்க, எனவே இவங்களே உணவைத் தேடி சாப்பிடணும்.

முதலில் அதிகமாக உள்ள பொரிக்காத முட்டையை சாப்பிடுவாங்க, பிறகு இலைகளை சாப்பிடுவாங்க. குண்டோதரன் ரேஞ்சுக்கு பயங்கரமா சாப்பிடுவாங்க, தன் உடல் எடையை விட அதிகமாக சாப்பிடுவாங்க.

இரண்டே நாளில் கூட்டுப்புழு நிலையை அடைஞ்சிடுவாங்க.

கூட்டுப்புழுன்னா, அவங்களே அவங்களைச் சுற்றி ஒரு கூடு உருவாக்கிக் கொள்வாங்க. அதில் இரண்டு வாரமும் இருப்பாங்க அல்லது ஒரு வருட காலம்கூட இருப்பாங்க.

இரண்டே வாரத்தில் அழகிய செதில்களால் ஆன வண்ண இறக்கைகளுடன் வெளிவருவாங்க. இறக்கை காய ஒரு சில நொடிகள் ஆகும். தற்போது அதற்கு ஆறு கால்களும் நான்கு இறக்கைகளும் இருக்கும். உயர்ந்த உணர் திறன் கொண்ட அதன் இரண்டு கண்களில் 6000 கண்ணாடி வில்லைகள் (Lenses) காணப்படும். புற ஊதா உட்பட அனைத்து வண்ணங்களையும் பார்க்கக் கூடியதாக இருக்கும். அதன் கண்களிலிருந்து மூளைக்கு வரும் 72000 மின்துடிப்புகள் (Electrical pulses) பார்க்கும் பொருட்களை அர்த்தம் உள்ள உருவமாக மாற்றிக்கொடுக்கும்.

அப்புறமென்ன ஊ லலால்லா ஊஊ லலால்லான்னு வலசைக்குக் கிளம்பிடுவாங்க நம்ம பறக்கும் வானவில்.

யானைதானே வலசை போகும்ன்னு நீங்க கேட்கிறது கேக்குது.

ஆமாம், யானை போலவே வண்ணத்துப்பூச்சியும் வலசை போகும். தென்மேற்கு மழைக்காலத் தொடக்கத்தில் மேற்குத் தொடர்ச்சி மலைக்காடுகளிலிருந்து கிழக்குத் தொடர்ச்சி மலைக்காடுகளுக்கு இனப்பெருக்கம் செய்யப் போவாங்க, வடகிழக்குப் பருவமழை நேரத்தில் மீண்டும் மேற்குத் தொடர்ச்சி மலைக்கு வந்திடுவாங்க.

Monarch butterfly(செவ்வரசு வண்ணத்துப்பூச்சி) சுமார் 3000 மைல்கூட வலசை போவாங்களாம், இவங்க மட்டும் வருடக் கணக்கில் வாழ்வாங்க. மற்ற வகை வண்ணத்துப்பூச்சிகள் மூன்று வாரமே உயிர் வாழ்வாங்க.

இவங்களுக்குப் பல்வேறு பெயர்கள் இருக்கு. பஞ்சாபி மற்றும் ஹிந்தி மொழியில் திதலீ என்று அழைக்கிறார்கள்.

சங்க இலக்கியத்தில், பெண்கள் கண் இமைகளில் வரைந்துக்கொள்ளும் அழகிய வண்ணப் புள்ளிகள், கோடுகள் மற்றும் பூக்களை தித்தி மற்றும் திதலை என்றும் குறிப்பிடுகிறார்கள்.

அப்படி , பெண்கள் வண்ண இமைகளை மூடித் திறப்பதைப் பல கவிஞர்கள் வண்ணத்துப்பூச்சியோடு ஒப்பிட்டு இருப்பதும் குறிப்பிடத்தக்கது.

முந்நூறு வகைகளுக்கும் மேற்பட்ட வண்ணத்துப்பூச்சிகள் இருப்பதாகவும், அதில் 70 வகை மதுரை மாவட்டத்தில் இருப்பதாகவும் ஆய்வறிக்கை ஒன்று கூறுகிறது.

தமிழகத்தின் மாநில வண்ணத்துப்பூச்சியாக "தமிழ் மறவன்" வகையைத் தமிழக அரசு தேர்வு செய்து அறிவித்துள்ளது என்பதும் பாராட்டுக்குரியது.

இலக்கியத்தில் வண்ணத்துபூச்சி.

சங்க இலக்கியத்தில் இந்த அழகிய பூச்சியினத்தைப் பற்றிப் பாடி இருக்காங்களான்னு அலசி ஆராய்ந்தால், ஒரு புலவரும் பாடலைங்க...

ஒரு வேளை, நானிருக்கும்போது, வண்ணத்துப்பூச்சியை எப்படிப் பாடுவேன்னு சண்டை வந்திருக்குமோ?

தும்பியை வச்சிப் பாடியிருக்காங்க...

அதனால் என்ன, திரைப்பாடலில் பட்டாம்பூச்சிய டிசைன் டிசைன்னா பாடியிருக்காங்களே நம் கவிஞர்கள்.

ஒரு பட்டாம்பூச்சி நெஞ்சுக்குள்ளே சுற்றுகின்றதே
அது சுற்றி சுற்றி ஆசை நெஞ்சைத் தட்டுகின்றதே

- கவிஞர் பழநிபாரதி.

வண்ணத்துப் பூச்சி
வயசென்ன ஆச்சி
உள்ளூரு முழுக்க
உன்னைப் பத்தி பேச்சு
என்னவோ இருக்கு
எனக்கும் கிறுக்கு

- கவிபேரரசு வைரமுத்து (என நினைக்கிறேன்)

ஒ... பட்டர்பிளை... பட்டர்பிளை...
ஏன் விரித்தாய் சிறகை... வா வா
ஒ பட்டர்பிளை... பட்டர்பிளை...
ஏன் விரித்தாய் சிறகை...
அருகில் நீ வருவாயோ
உனக்காக திறந்தேன் மனதின் கதவை

- கவிஞர் வாலி.

இப்படி தமிழ், இங்கிலீசுன்னு அடி தூள் கிளப்பியிருக்காங்க தமிழ் கவிஞர்கள்.

திரையில் வந்தால் இலக்கியமில்லையா என்ன?

திரையிலக்கியம் என ஒன்று இருக்கே...

இலக்கியத்தில் பறக்கும் பட்டாம்பூச்சி, காதல் வரும்போது ஏற்படும் நெர்வஸ்னெஸை சொல்ல *butterfly in stomach* ன்னு சொல்றாங்க... அப்புறமென்ன மெசெஜ் எல்லாம் ஒரே பட்டாம்பூச்சிதான்...

சுற்றுச்சூழலில் வண்ணத்துப்பூச்சியின் பங்கு

அது சரி இவங்களைப் பத்தி இப்போ எதுக்குப் பேச்சு...

சொல்றேன் சொல்றேன்.

அட! இவங்கதாங்க...

Indicator of healthy forest

அதாவது காடு செழுமையா இருக்குன்னா நிறைய வண்ணத்துப் பூச்சிகள் இருக்கும்.

இவங்கதான் மகரந்த சேர்க்கை, அயல் மகரந்த சேர்க்கை எல்லாம் செய்றவங்க. இவங்களால்தான் பலவகையான தாவர இனங்கள் பல்கிப் பெருகி வளர்கின்றன.

மழைக்காடுகளில் இவங்க பங்கு அதிகம். குளிர் காலத்தில் யானையின் சாணத்தில் கதகதப்பா இருப்பாங்க.

இவங்க இல்லைன்னா, மகரந்த, அயல் மகரந்த சேர்க்கை நடக்காது, காடுகளும் இருக்காது.

சுற்றுச்சூழலில் பெரிதும் உதவியாக உள்ள பட்டாம்பூச்சிகள் தாவரங்களுக்கிடையே உள்ள பரிமாணத்தை ஒன்றோடு ஒன்று இணைக்கிறது. தாவரங்களின் மகரந்த சேர்க்கைக்குப் பெரிதும்

உதவியாக இருந்து, அடர்ந்த காட்டினை உருவாக்கும் சுற்றுச்சூழல் காரணிகள் அவை. ஆனால், சில காலமாக அவற்றின் வாழ்விடம் அழிப்பு, அதிகளவு பயன்படுத்தப்படும் பூச்சிக்கொல்லி மருந்து, மக்கள் தொகை, மனித இடர்பாடுகள் என பல்வேறு பிரச்னைகளால் பட்டாம்பூச்சிகள் எண்ணிக்கை குறைந்து வருவதாக ஆய்வின் மூலம் தெரிய வந்துள்ளது.

வெகுவாகக் குறைந்து வரும் பட்டாம்பூச்சிகளின் எண்ணிக்கை மனித குலத்திற்கு எதிரானவை ஆகும். உயிர் வாழ சூழ்நிலை அழிக்கப்பட்டதன் நோக்கம், அவற்றின் வாழ்க்கை போராட்டமாக மாறி இருக்கிறது. இப்போது உள்ள சுற்றுச்சூழல் சீர்கேடுகளால் காலநிலையும், வானிலையும் கணிக்க முடியாத இடத்தில் உள்ளோம். எப்போது மழை பெய்யும், எப்போது அதிக வெயில் அடிக்கும் எனக் கண்டறியும் திறனை இழந்து வருகிறோம். இதற்கு முக்கியக் காரணம் காலநிலை மாற்றமே. வனவிலங்குகளைப் பாதுகாப்பது மட்டும் நம் கடமையல்ல, சின்னச் சின்ன உயிரிகளைக் காப்பாற்றவதும் நம் கடமையே ஆகும்.

Do you want to feel butterflies in stomach?

அப்போ அவசியம் வண்ணத்துப்பூச்சியைப் பாதுகாக்க நடவடிக்கை எடுங்க...

அப்போ நீங்கன்னு கேட்கறீங்களா?

காதல் இல்லை என்று சொன்னால் பூமியும் இங்கில்லை...

வண்ணத்துப்பூச்சி காப்போம் வனம் காப்போம்.

காடு வளர்ப்போம் காதல் செய்வோம்

10. நீலகிரி வரையாடு

தமிழ்நாட்டின் பேர்சொல்லும் பிள்ளை...

வரையாட்டின் வாழ்வியல்.

ஏறாத மலைதனிலே ஏறிமேயும் வரையாடு பற்றிப் பேசுவோம்.

வருடை, மரையா, வரையாடுன்னு இவங்களுக்கு இரண்டு மூன்று பெயர் இருந்தாலும், இவங்க ஓரிட வாழ்வுயிரி.

அதாவது, உலகத்தில் ஒரேயொரு பகுதியில்தான் வாழ்வாங்க...

நீலகிரி வரையாடுங்கற, இவங்க மேற்குத் தொடர்ச்சி மலையில, தமிழ்நாட்டிலும், கேரளாவின் ஒரு சில பகுதியில் மட்டும் தான் வாழுறாங்க...

இவங்களை பாஸ்போர்ட் இல்லாம நியூசிலாந்து கூப்பிட்டுப் போயிருக்காங்க, ஆனால் தேவையான செடிகொடிகள் இல்லை... புதிதாக அறிமுகம் செய்தும் தோல்வியடைந்து விட்டது.

சரி வாங்க ! நம் வருடையாரோட மலை ஏறுவோம்...

பயப்படாதீங்க, பயப்படாதீங்க, நாம் கடல் மட்டத்திலிருந்து 1000-4000 அடி உயரத்தில் இருக்கிற மலைப்பிரதேசத்தில் மக்கள் செல்லக்கூடிய பகுதிக்குதான் போகப்போறோம்...

ஏன் அவ்வளவு உயரத்திற்கு போகணும்னா? அங்கேதான் நம்ம ஹீரோவும் ஹீரோயினும் இருக்காங்க.

சாது போல சாந்தமான முகம் வச்சிருந்தாலும், ரவுடி பேபியா மலையில் செங்குத்தா சும்மா அசால்டா வரையாடும், அவரோட ஹீரோயினும் ஏறிடுவாங்க...

ஏன் அங்கே போறாங்கன்னு பார்த்தா, தன்னை வேட்டையாடும் சிறுத்தை, செந்நாய், புலி இவங்க கிட்டேருந்து தப்பிக்க உச்சிக்குப் போய் மலையிடுக்கு, மலைபொந்துகளில் பதுங்கிடுவாங்க...

கூடவே, மலையின் உச்சியில் இருக்கும் சோலைப் புல்வெளி சூழலில்தான் இவங்க வாழத் தேவையான உணவான புல் கிடைக்கும்.

பொதுவாக, வரையாடு இருந்தால் அந்த வனம் செழிப்பானது என்று சொல்றோம்.... ஏன்? எப்படின்னு பார்ப்போமே.

நம்ம ஹீரோ, தனியாத்தான் ஓய்வெடுப்பாரு, ஹீரோயின்தான் கூட்டமா தன் சொந்த பந்தங்களோட ஓய்வு எடுப்பாங்க.

இப்படி இவங்க ஒரு சமூகமாக வாழும் ஒரு கானுயிர்.

இவங்க தண்ணீரை வீணாக்கக் கூடாதுன்னு தண்ணீர் குடிப்பதில்லை...

தண்ணி குடிக்காம எப்படி உயிர் வாழறது?

பதறாதீங்க, நம்ம வரையாடுகள், குளம்புக் காலடிகள் கொண்டவர்கள், இப்படியான குளம்படி கொண்டவர்களுக்கு, நான்கு அல்லது மூன்று அறை கொண்ட வயிறு இருக்கும், கூடவே செல்லுலோஸை சீரணித்துவிடும் சக்தியும் இருக்கும், அதனால் இலையில் உள்ள நீரையும், புல் நுனிமீது படியும் பனித்துளியையும் குடிச்சு உயிர் வாழறாங்களாம்.

கிட்டதட்ட மலையில் படியும் கல்பாசி, புற்கள்,புதர் செடிகள், சிறு செடிகள், களைசெடிகள், மற்றும் மரங்களாக உருவெடுக்கக்

கூடிய செடிகள், மற்றும் எட்டும் மரங்களின் இலைகள் என ஒரு மாபெரும் தாவர உண்ணியாக இருக்கும் இவங்க சைஸ் என்னான்னு பார்ப்போம்.

அரேபிய மற்றும் ஹிமாலய வரையாடுகளை விட அளவில் பெரியது நம்ம ஹீரோவான நீலகிரி வரையாடுகள். குரங்கை விட அதிக தூரத்தைத் தாவிக் கடந்துவிடும் வல்லமை வாய்ந்தவர்கள்.

ஹீரோ 110 செ.மீ உயரமும் சுமார் 100 கிலோ எடையும் கொண்டவங்க, ஹீரோயின் 80 செ.மீ உயரமும், 50 கிலோ எடையுமா இருக்காங்க (50 kg தாஜ்மகால் எனக்கேன்னு ஹீரோ பாடணும்ல)

ஹீரோயினை அவ்வளவு எளிதா லவ் செய்திட முடியாதுங்க, போட்டிக்கு வர்ற மற்ற ஆண் வரையாடுகளை முட்டி தள்ளி தோற்கடிச்சாதான், ஹீரோயினோடு டுயட் பாட முடியும். ஆனாலும் பல ஹீரோயின்களோடு உலா வருவார் நம்ம ஹீரோ.

அப்படி ஜெயிச்சு, கடிமணம் புரிந்து வாரிசுகளை ஈன்றெடுக்கும்.

கர்ப்பகாலம் 175-210 நாட்கள் என்றாலும், சராசரியாக 180 நாட்கள் என கொள்ளலாம், ஒரு முறை ஒரு குட்டிதான் ஈன்றெடுப்பாங்க நம்ம ராஜ மாதா...

என்னங்க திடீர்னு, ராஜமாதாங்கறனேனு பார்க்குறீங்களா? ஆமாங்க தமிழ்நாட்டின் மாநில விலங்கு நம்ம ஹீரோ நீலகிரி வரையாடுதானே... ராஜாங்க மரியாதை உள்ளவரோட ஹீரோயின் ராஜமாதாதானே.

இப்படி அரசு மரியாதை உடைய இவங்களோட கொம்பு பின் பக்கமா வளைஞ்சிருக்கும்.

ஆனால், அவர்கள் இன்று அழிவு நிலையில் இருக்கிறார்கள் அதற்குக் காரணம், சோலைப் புல்வெளி சூழலை பாதிக்கும் வண்ணம், மக்கள் விவசாயம், தொழிற்சாலை, கேளிக்கை

மாளிகை, இன்னும் பிற காரணங்களுக்காக ஆக்கிரமிப்பு செய்வதும், ஓரினப் பயிர்களை வளர்ப்பதாலும், நம்ம ஹீரோவின் வாழ்விடம் துண்டாடப்படுகிறது.

இதனால், மற்ற வரையாடு குழுவுடன் இணை சேர்ந்து வலுவான வாரிசுகளை உருவாக்க இயலாது, சகோதர வரையாடுகள் இணை சேர்வதாகவும், அதன் மூலம் வரும் வரையாடுகள் வலுவானவைகளாக இல்லை என்றும் ஆய்வுகள் கூறுகின்றன.

மலையுச்சிக்கு செங்குத்தாக ஏறும் வகையில் குளம்புகள் இயற்கையிலேயே உள்ளது... குடும்பத்தின் தலைமை, மற்றவர்கள் மேயும்போது உச்சியில் இருந்து கண்காணிக்கிறது, அபாயம் நெருங்குவதை உணர்ந்தால், சீழ்க்கை ஒலியை எழுப்பும் குடும்பத்தின் தலைமை.

பலநேரம் தாவி மலையிடுக்குகளில் பதுங்கி விடும் ஹீரோவின் குழந்தைகள் புல்வெளியில் மாட்டிக்கொண்டால் நம்ம சிறுத்தையார் அடி தூள் கெளப்பிடுவார். அதனால் 3-5 வயதில் அதிகமாகக் கொல்லப்படுகின்றன.

இலக்கியத்தில் வரையாடுகள்

நம்ம வரையாடு இருக்காரே ஒரே ஜாலி மேன்... பாலிகாமிக்காரர், காதலர்கள்ன்னா போதுமே அவங்களைப் பாடாம இருப்பாங்களா நம் சங்கத்தமிழ் கவிகள் ? பாடியிருக்காங்க வாங்க என்னான்னு பார்ப்போம்....

சீவகசிந்தாமணி

ஓங்குமால்வரை வரையா டுழக்கலி னுடைந்துகு பெருந்தேன் *(சீவக. 1559)*

மென்னடை மரையா துஞ்சும்' எனக் கபிலனின் குறுந்தொகைப்பாடல்

மதுரைக் கண்டராதித்தனின் பாடலில் வரையாடு நெல்லிக்காய் உண்பது குறிப்பிடப்பட்டுள்ளது.

புரி மட மரையான் கருநரை நல் ஏறு
தீம் புளி நெல்லி மாந்தி, அயலது
தேம் பாய் மா மலர் நடுங்க வெய்து உயிர்த்து,
ஓங்கு மலைப் பைஞ் சுனை பருகும் நாடன்
நம்மை விட்டு அமையுமோ மற்றே-கைம்மிக
வட புல வாடைக்கு அழி மழை
தென் புலம் படரும் தண் பனி நாளே?

நற்றிணை

வருடை என்ற சொல் வரையாட்டினைக் குறிக்கிறது.

இன் முசுப் பெருங் கலை நன் மேயல் ஆரும்
பல் மலர்க் கான் யாற்று உம்பர், கருங் கலை
கடும்பு ஆட்டு வருடையொடு தாவன உகளும்
பெரு வரை நீழல் வருகுவன், குளவியொடு
கூதளம் ததைந்த கண்ணியன்; யாவதும்
முயங்கல் பெறுகுவன் அல்லன்; *(119)*
உடுப்பின், யாய் அஞ்சுதுமே; கொடுப்பின்,
கேளுடைக் கேடு அஞ்சுதுமே; ஆயிடை
வாடலகொல்லோ தாமே-அவன் மலைப்
போருடை வருடையும் பாயா,
சூருடை அடுக்கத்த கொயற்கு அருந் தழையே? *(359. குறிஞ்சி)*

ஐங்குறுநூறு

நெடு வரை மிசையது குறுங் கால் வருடை
தினை பாய் கிள்ளை வெரூஉம் நாட!
வல்லை மன்ற பொய்த்தல்;
வல்லாய் மன்ற, நீ அல்லது செயலே.

பட்டினப்பாலை

மழை ஆடு சிமைய மால் வரைக் கவாஅன்
வரை ஆடு வருடைத் தோற்றம் போலக்
கூர் உகிர் ஞமலிக் கொடும் தாள் ஏற்றை
ஏழகத் தகரொடு உகளும் முன்றில் (126-141)

பதிற்றுப்பத்து

ஆவிக் கோமான் றேவி யீன்றமகன்
தண்டா ரணியத்துக் கோட்பட்ட வருடையைத்
தொண்டியுட் டந்து கொடுப்பித்துப் பார்ப்பார்க்கு (ஆறாம் பத்து - பதிகம்)

பரிபாடல்

உருகெழு வெள்ளி வந்து ஏற்றியல் சேர,
வருடையைப் படிமகன் வாய்ப்ப, பொருள் தெரி
புந்தி மிதுனம் பொருந்த, புலர் விடியல்.

வருடை, மரையா, வரையாடுன்னு இவங்களுக்கு இரண்டு மூன்று பெயர் இருந்தாலும், இவங்க ஓரிட வாழ்வுயிரி.

சுற்றுச்சூழலில் வரையாட்டின் பங்கு.

அதெல்லாம் சரி இவங்களால நமக்கு என்ன பயன்? இதுதானே

மனிதர்களின் கேள்வியாக இருக்கும்...

உணவுச் சங்கிலியில் வரையாட்டின் பங்கு அளப்பரியது. சோலைப் புல்வெளி சூழலில் வாழும் இவர்கள் உண்ணும் புல்தான், பனிமலையில்லாத தென்னிந்தியப் பகுதியில் தண்ணீர் கிடைப்பதற்கான ஆதாரம்.

இப்புறக்கள் மூடுபனியை திரவமாக்கி தன்னுள் சேகரித்து வைத்து அதை சிற்றோடையாக,பேரோடையாக, சிற்றாறாக, பேராறாக ஓட வைக்கும் மாபெரும் பணியைச் செய்கிறது...

அத்தகைய, சோலைப் புல்வெளிகள் மேற்குத் தொடர்ச்சி மலையின் சிறப்பும், நீர்வள ஆதாரமும் ஆகும். இந்த சோலைப் புல்வெளி சூழல் உயிர்ப்புடன் இருக்கவும், அதன் வளர்ச்சி சரியான அளவில் இருக்கவும் நம்ம ஹீரோவின் குடும்பம் தேவை.

மேற்குத் தொடர்ச்சி மலையின் மேல் பகுதியில் கிலோமீட்டர் கணக்கில் பரந்து விரிந்து கிடக்கும் சோலைப் புல்வெளி *(Grass bed)* தான் இதற்கான காரணம்,எப்படிப் பனி மலை உருகி சிறிது சிறிதாக ஆறாக, நதியாக வருகிறதோ, அதைப்போல இந்தச் சோலைப் புல்வெளி *sponge* போல மழை நீரை வாங்கி தேக்கி வைத்துக் கொண்டு சொட்டுச் சொட்டாக அருவியாகக் கொட்டுகிறது. இந்தச் சோலைப் புல்வெளி சீரான வளர்ச்சியோடும் செழிப்போடும் இருக்க வரையாடுகள் முக்கியம்.

அதே நேரத்தில், உணவுச் சங்கிலியில் சிறுத்தை, செந்நாய், புலி ஆகியவர்களின் முக்கிய உணவாகவும் வருடை இருப்பதால்...

காட்டின் வளமும், உணவுச் சங்கிலியின் சமன்நிலையும், வரையாடுகளால் பாதுகாக்கப்படுகிறது...

வரையாட்டின் குளம்படிகள் தமிழ்நாட்டின் வரம்.

வரையாட்டின் குளம்படிகள் பதியட்டும் மலையெங்கும் பெருகட்டும் நீர் வளமெங்கும்

11. காக்கா

காடு வளர்க்கும் காக்கா...

காக்கைக் கூட்டில் பிறந்தாலும்

குயிலின் குரலினிமை

மாறுவதில்லை.

- கோ.லீலா.

அட ! என்ன கவிதைன்னு பார்க்கிறீங்களா ? ஆமாங்க உலகின் தலை சிறந்த முதல் மாற்றாந்தாய் காக்கைதான்.

குயிலின் முட்டையைப் பார்த்ததும், தன் முட்டை இல்லை என்று தெரிந்த பின்னும், குஞ்சு பொரித்து, குறிப்பிட்ட காலம் வரை உணவு ஊட்டி வளர்த்து பின்பே விரட்டி விடுவாங்களாம் காக்கா...

ஜொஷா கிளெயின் என்ற அறிவியல் அறிஞர் காக்கைகளை நாம் சமுதாயத்திற்குப் பயனுள்ள வகையில் பழக்கப்படுத்தலாம் என ஆய்வு மேற்கொண்டார்.

இப்படிக் காலங்காலமாக இதிகாசத்திலும், காப்பியத்திலும், கணிதத்திலும் பெயர் பெற்ற நம்ம ஹீரோ பற்றி ஏன் பேசறோம் பார்ப்போம் வாங்க...

காக்கை என்றவுடன் நமக்கு நினைவுக்கு வருவது அதன் கறுமை நிறம்தான். காக்கைகளில் பலவகைகள் உண்டு.

மணிக் காக்கை, அண்டங்காக்கை, நீர்க்காக்கை, கத்திமூக்குக் காக்கை, கலிக்கிக் காக்கை, மாட்டுப்புழுக் காக்கை, வெள்ளைக் காக்கை, வால் காக்கை என, பலவகை உள்ளன

நம் நாட்டில் பரவலாகக் காணப்படுபவர்கள் இவங்கதான் மணிக்காக்கை மற்றும் அண்டங்காக்கையும்.

இமயமலை பகுதியிலும் நம்ம ஹீரோக்கள் இருக்கிறார்கள். ஆனால் மூக்கு நிறம் வேறு. சிவப்பு நிற மூக்கு உள்ளவங்கள செம்மூக்குக் காக்கானும், மஞ்சள் மூக்கு காக்கானும் அழைக்கப்படுறாங்க.

நம்ம ஹீரோ ரொம்பவே புத்திசாலி !

பஞ்சதந்திரக்கதையில் தாகத்தைத் தணித்துக்கொள்ள பானையின் அடியில் கிடக்கும் நீரின் மட்டத்தை உயர்த்த சிறு கற்களைப் போட்ட காகத்தைப்பற்றி படித்திருப்போம்...

அறிஞர்களின் கருத்துப்படி பறவைகளில் அதிக அறிவுத்திறன் பெற்ற பறவை நம்ம ஹீரோவான காக்கையார் தானாம்.

இவற்றின் அறிவுத்திறனுக்குக் காரணம் அதன் மூளைப்பகுதியில் அமைந்துள்ள 'நிடோபோடாலியம் ஆகும்.

ஜாக்டா எனப்படும் அமெரிக்க மற்றும் கனடாவில் காணப்படும் காக்கை இனம், சிம்பன்சி மற்றும் மனிதனின் மூளைப்பகுதியில் அமைந்துள்ள 'நியோகார்டெக்ஸ்' பகுதிக்குக் கிட்டத்தட்ட சமமானதாகவும் சிம்பன்சிகளில் உள்ள நியோகார்டெக்ஸ்' பகுதியை விடப் பெரிய அளவிலும் நிடோபோடாலியத்தைப் பெற்றிருப்பதே ஆகும்.

நிடோபோடாலியம் என்பது பறவைகளின் அறிவுத்திறனுக்குக் காரணமாக உள்ள மூளையின் செயல்பாட்டுப் பகுதியாம்.

ஆனா இவங்க நியூசிலாந்தில் மட்டும் இல்லையாம்.

இலக்கியத்தில் காக்கா.

காக்கைப்பாடினியார் பாடியது...
திண்தேர் நள்ளி கானத்து அண்டர்
பல்ஆ பயந்த நெய்யின் தொண்டி
முழுதுடன் விளைந்த வெண்ணெல் வெஞ்சோறு
எழுகலத்து ஏந்தினும் சிறிது — என்தோழி
பெருந்தோள் நெகிழ்ந்த செல்லற்கு
விருந்து வரக் கரைந்த காக்கையது பலியே

- குறுந்தொகை 210

காக்காக்கள் கரைந்தால் விருந்தினர் வருவார்களா?

குறுந்தொகைப் பாடலின் பொருளை விரித்துணர்ந்து, பின் ஆய்விற்குள் செல்வோம்.

காக்கைப்பாடினியார் நச்செள்ளையார் எழுதிய குறுந்தொகைப் பாடல் ஒன்று, காதலனை விட்டுப் பிரிந்த தலைவிக்குத் தோழி நன்மொழி கூறுவதாக அமைந்துள்ளது.

காதலன் வரைவை எதிர்பார்த்திருக்கிறாள் தலைவி அவன் வரவில்லை அதனை எண்ணிப் புலம்பிக்கொண்டு இருக்கிறாள் தலைவி. அவளை எப்படித் தேற்றுவது என்று எண்ணுகிறாள் தோழி.

அப்பொழுது காக்கா ஒன்று கரைகின்றது. அதனைக் கண்ட தோழி இன்று கண்டிப்பாக உன்னுடைய காதலன் வந்துவிடுவான் என்று கூறுகின்றாள்.

எப்படி இவ்வளவு நம்பிக்கை கூறுகிறாய் என்கிறாள் தோழி.

அங்கு காக்கா கரைகிறது பார்த்தாயா! காக்கா கரைந்தால் யரேனும் வருவர்! அது உன் காதலனாகத் தான் இருப்பான். கவலையை ஒழி என்றாள்.

தோழி கூறியவுடன் காதலன் வந்துவிடுவான் என்ற நம்பிக்கை தலைவிக்கு உண்டாகின்றது. மனம் கலங்காமல் தலைவன் வரவை எதிர் நோக்கியிருந்தாள்.

அவள் எண்ணிய படியே காதலன் வந்தான். காதலிக்கு ஆறுதல் கூறியதற்காகத் தோழிக்கு நன்றி கூறிப் பாரட்டினான்.

உடனே தோழி ஆறுதல் தந்தது நானா ? அல்ல ! அன்று கரைந்த காக்கா அல்லவா? ஆகையால் தலைவியின் துன்பத்தை நீக்கிய அந்தக் காகத்துக்கு,நள்ளி வள்ளலின் காட்டில் உள்ள பசுக்கள் ஏராளம் உள்ளதல்லவா? அந்தப் பசுவின் நெய்யும், தொண்டியில் விளைந்த அரிசியும் கலந்து ஏழு பாத்திரங்களில் ஏந்திக் கொடுத்தாலும் தகும் என்று கூறுகின்றாள்.

இந்தப் பாடலின் மூலமாக அந்தக் காலத்தில் இருந்தே காக்கா கரைந்தால் வீட்டிற்கு யாரேனும் வருவர் என்ற நம்பிக்கை தொடர்ந்து இருந்துள்ளதை அறியலாம்.

இத்தகைய நம்பிக்கை எப்படி வந்ததெனப் பார்ப்போம்.

இதற்கு முதலில் காகங்களைப் பற்றித் தெரிந்துக் கொள்ளவேண்டும்.

“கில்காமேஷ்” என்ற நூல், காக்காவைப் பற்றி எழுதப்பட்ட மிகப் பழமையான இலக்கிய நூல்களில் ஒன்றாகக் கருதப்படுகிறது. மெசபடோமிய நாகரிகத்தைப் பற்றிக் கூறும் அய்ந்து கவிதைகளைக் கொண்ட ஓர் இதிகாச நூலாகும்.

மெசபடோமிய நாகரிகத்தில், ஒரு மனிதன் தன் கையிலிருந்து காக்காவைப் பறக்க விடுவது போன்று ஒரு ஓவியம் உள்ளது.

ஓவியத்தை ஆராய்ந்த, ஆய்வாளர்கள் மெசபடோமியா - சிந்து சமவெளி கடல் பயணத்தை குறிக்கும் வகையில் உள்ளதாகத் தெரிவித்துள்ளனர்.

கடல் பயணத்தைப் பற்றிய நூல்களில், சுமார் 5000 ஆண்டுகளுக்கு முன்பு கடலில் பயணம் செய்வோர் கடலில் வழிகாட்டவும், கரை நோக்கிச் செல்லவும் ஆமை, மற்றும் காக்கையார்களைப் பயன்படுத்தியுள்ளனர்.

ஆபத்துக் காலத்தில் கடலில் இருந்து நிலத்திற்குச் செல்ல வேண்டுமெனில், வழிகாட்ட நம்ம காக்கையார்களைப் பறக்கவிட்டுள்ளனர்.

நிலத்தை நோக்கிப் பறக்கும் காக்கையார்களைத் தொடர்ந்து, கடல் பயணம் செய்வோர்கள் நிலத்தை நோக்கிப் பயணிப்பார்கள். திசை காட்டும் தோழனாகவோ, தோழியாகவோ நம்ம காக்கையார்கள் இருந்திருக்கிறார்கள்.

கரையில் இருப்பவர்களுக்கு முதலில் நம்மாளு காகங்கள் வருவது தெரியும், காகங்கள் வந்தால் பின்பு மனிதர்கள் வருவது தெரியும்.

இதனடிபடையில்தான், காக்காக்கள் வந்தாலோ அல்லது கரைந்தாலோ விருந்தினர்கள் வருவார்கள் என்ற நம்பிக்கை வரலாற்று நிகழ்ச்சியின் எச்சமாக வளர்ந்திருக்க வேண்டும்.

பாரதியின் பாடலைப் பார்ப்போம்.

காக்கைச் சிறகினிலே நந்தலாலா-நின்றன்
கரியநிறந் தோன்றுதையே நந்தலாலா;
பார்க்கும் மரங்களெல்லாம் நந்தலாலா -நின்றன்
பச்சைநிறந் தோன்றுதையே நந்தலாலா;

முதலில் காக்கைச் சிறகினில் நந்தலாலாவைக் கண்டவர் அடுத்த வரியிலேயே பார்க்கும் மரங்களெல்லாம் என பாடுகிறார்... எனில் காக்கை என்பது கானுயிர் என்பதும், காக்கையின் மூலம் விதைகள் பரவி காடுகள் உருவாகியிருப்பதையும் நாம் உணரமுடிகிறது.

பகல் வெல்லும் கூகையைக் காக்கை இகல்வெல்லும்
வேந்தர்க்கு வேண்டும் பொழுது!' (குறள் எண் 481)

காக்கை கரவா கரைந்துண்ணும் ஆக்கமும்
அன்ன நீரார்க்கே உள.' (குறள் எண் 527)

சுந்தர காண்டத்தில் சீதாப் பிராட்டி அனுமனிடம் கீழ்வரும் செய்தியை அடையாளச் செய்தியாகக் கூறுவதாய்க் கம்பர் அமைக்கிறார்.

நாகம் ஒன்றிய நல்வரையின் தலைமேல்நாள்
ஆகம் வந்து எனை அள்உகிர் வாளின் அளைந்த
காக்கா ஒன்றை முனிந்து அயல்கல்எழு
புல்லால்
வேகவெம்படை விட்டது மெல்ல விரிப்பாய்! '

- என்பது கம்பர் பாடல்....

தென்னை மரக்கிளைமேற் சிந்தனையோ டோர் காக்கா
னவன்னமுற வீற்றிருந்து வானைமுத்த மிட்டதுவே.

- காலைப்பொழுது, (பாரதியார்)

மறுவில் தூவிச் சிறு கருங் காக்கை
அன்புடை மரபினின் கிளையோ டாரப்
பச்சூன் பெய்த பைந்நிண வல்சி
பொலம்புனை கலத்தில் தருகுவென் மாதோ
வெஞ்சின விறல்வேற் காளை யோடு
அஞ்சில் ஓதியை வரக்கரைந் தீமே

(ஐங். 391)

காக்கைக் காகா கூகை, கூகைக் காகா காக்கை
கோக்குக்கு காக்கைக்கு கொக்கொக்க - கைக்கைக்குக்
காக்கைக்கு கைக்கைக் காகா'

-காளமேக புலவர்.

`காக்கைக்குக் கூகை இரவில் வெல்லுதற்கு ஆகாது. கூகைக்குக் காக்கை

பகலில் வெல்லுதற்கு ஆகாது. எனவே, பகைநாட்டை வெல்ல விரும்பும் அரசன் தக்க நேரத்திற்காகக் கொக்கைப் போல் காத்திருக்க வேண்டும்' என்பது பாடலின் பொருள். `

காகங்களிடமிருந்து நாம் கற்றுக்கொள்ள வேண்டிய குணங்கள் என்னென்ன என்பதை ஒரு பழைய வெண்பா பட்டியலிடுகிறது.

`காலை எழுந்திருத்தல் காணாமலே புணர்தல்

மாலை குளித்து மனை புகுதல் - சால

உற்றாரோ டுண்ணல் உறவாடல் இவ்வாறும்

கற்றாயோ காக்கைக் குணம்.'

சிறுவெண் காக்கை பத்து என்ற நூலில்

பெருங்கடற் கரையது சிறுவெண் காக்கை எனத் தொடங்கும் பத்து பாடல்களில் காகை வரும் துறைவன் எனத் தலைவனை போற்றி பாடி இருக்கின்றனர்.

இலக்கியத்தில் மட்டுமின்றி கணிதத்திலும் காக்கையார் இருக்காரே!

பிதாகரஸ் " என்ற கிரேக்க கணித சாஸ்திரி

"காக்கை பறக்கும் கோடு ஓர் நேர் கோடு ! " என்ற தத்துவத்தை சேத்திர கணிதத்தில் கூறுகிறார்.

காக்கா தூது சென்றிருந்த செய்தி கி.பி. 1513 ஆம் நூற்றாண்டில் எழுதப்பட்ட "காக தூதன்" என்ற நூல் வழியே விளங்குகிறது.

சுற்றுச்சூழலில் காக்காவின் பங்கு.

இவ்வளவு புத்திசாலியானவங்க தான் இயற்கையை பாதுகாக்கும் பாதுகாவலர் எப்படின்னு பார்ப்போம் வாங்க!

நம்ம ஹீரோவான காக்காக்கள் ஆகச்சிறந்த துப்புரவாளர்கள்..

‘ஆகாயத்தோட்டி’ என்றழைப்பது நினைவிருக்கலாம்.நாம் சாப்பிடும்போது வீணாகும் சோற்றுப் பருக்கை முதற்கொண்டு, மீதமிருந்து வீணாகக் கொட்டும் உணவுகள், காய்கறி/ இறைச்சிக் கழிவுகள் என சகலத்தையும் உண்ணும்.. தினம்தோறும் பயணிக்கும் சாலைகளில் வாகனங்களால் அடிபட்டு உயிர்துறக்கும் பெருச்சாளிகள் (கிராமத்துச் சாலைகளில் இது மிக அதிகம்), பாம்புகள், சமயங்களில் அடிபட்ட நாய்களைக் கூட கூட்டமாய்த் தனது அலகால் சதையைக் கொத்தித் தின்னுவாங்க.

இவர்கள் இல்லையெனில் இந்தக் கழிவுகள் சூழலை எப்படி மோசமாய்ப் பாதித்து தொற்றுகளை ஏற்படுத்தும் எனக் கற்பனை கூட செய்து பார்க்கவியலவில்லை..

இவங்கள ஒரு *Solid waste manager* ன்னு கூட சொல்லலாம்.

இது மட்டும்தானா ?

இவங்க ஒரு *Ominivores* என்பதால் கனிகளையும் சாப்பிடுவாங்க, இவங்க போற கக்காவில் வெளியாகும் விதைகள் மூலம் வளமான காடுகள் உருவாகும்.

இவங்களுக்குப் பிடிச்ச கனி வேப்பம் பழம்தான், அடுத்து ஆல், அரசு என அம்மரக் கனிகளையும் உண்பார் நம் காக்கையார்

இப்படி, சுற்றுச்சூழலைத் தூய்மை செய்வதிலும், விதைகளைப் பரவச் செய்து காட்டை வளமாக்குவதிலும் நம்ம காக்கையாரின் பங்கு பெரிது.

இவங்களோட எச்சத்தில் அத்தனை உரத்திற்கும் மேலான வீரியம் உள்ளது. அதனால்தான் இவங்க போடும் எச்சத்தில் இருக்கும் விதைகள் ஒரு நாளும் சோடை போகாது முளைத்து விடும்.

கோயில் கோபுரங்களிலும், கான்கிரீட் கட்டிடங்களிலும் விழும் விதைகள், கட்டிடங்களையே தகர்க்கும் அளவிற்கு வேர் விட்டு வளரக்கூடியவை.

காக்கைகள் கழிவுகளைச் சுத்தம் செய்து காடுகளை வளர்த்துத் தருகின்ற ஓர் உன்னத கானுயிர் ஆகும்.

இப்படிக் காக்கைகள் காடுகள் மூலம் நல்ல சுவாசத்திற்கான தூய காற்றையும், தண்ணீரையும் நமக்குத் தருகின்றன.

காக்கையைப் பேணுவோம் ! காடு வளம் காப்போம்!

காக்கை குருவி எங்கள் ஜாதி !

12. எறும்பு

உலகின் முதல் விவசாயி மற்றும் வெதர் மேன்
பெரிதென்றும் சிறிதென்றும்
எதைக்கொண்டு சொல்வது
யானையின் பேரச்சம் எறும்பு.

-கோ.லீலா.

எறும்பின் வாழ்வியல்.

எறும்பார் பற்றிதான் இதில் பார்க்கப்போகிறோம்

காதில்லா எறும்பு காதில் நுழைந்தால் யானை முதல் பூனை வரை ஏன் மனிதர்கள் கூட படும்பாட்டை சொல்லால் சொல்லிவிட முடியாது.

காதுக்குள்ளேதான் பிரச்சனை பண்ணுவாரே தவிர மற்றபடி சுறுசுறுப்பும், பெரிய வாழ்வியலும் கொண்டவர் நம்ம எறும்பார்.

இவங்க மிகச் சிறிய பூச்சி இனமாக இருந்தாலும் அதன் அளவிற்கு ஏற்ப மிகப்பெரிய மூளையை வச்சிருக்காங்க. அவை சுமார் 2,50,000 மூளை செல்களைக் கொண்டுள்ளது.

பூச்சி இனங்களில் மிகவும் புத்திசாலித்தனம் உடையதாக எறும்பு உள்ளது. மிகச் சிறியது முதல் 5 சென்டிமீட்டர் வரை நீளமுடைய எறும்பு இனங்கள் உலகில் உள்ளன.

அதிக காலம் உயிர்வாழக்கூடிய பூச்சி இனங்களில் ஒன்றாக நம்ம ஹீரோயின் அதாங்க ராணி எறும்புதான் இருக்காங்க

ஒரு எறும்பு காலனியில் ராணியார் எறும்பு சுமார் 30 வருடம் வரையும், வேலையாட்களும் காவலாளிகளும் 3 வருடம் வரையும், ஆண் எறும்பு சில மாதமும் உயிர்வாழ்கின்றன 6 லிருந்து 10 வாரம் வரைதான் இருக்காரு நம்ம ஹீரோ .

ஒரு எறும்பு கூட்டத்தில் அல்லது புற்றில் சில நூறு முதல் ஏழு லட்சம் வரையிலான எறும்பார்கள் உயிர் வாழ்கின்றனர்.

ஒரு கூட்டத்திற்கு ஒன்றிக்கு மேறபட்ட ராணி எறும்புகளும் இருக்காங்க. ஆனால் ராணி இல்லாத எறும்பு இருப்பது இல்லை.

பத்தாயிரத்துக்கும் மேலான வகைகளில் உள்ள எறும்பாரின் உணவானது தானியங்கள், *fungus*, தேன் ஆகும்.

இவங்க தன் சொந்த எடையை விடவும் 30 மடங்கு எடையினை இழுக்கவும், உடல் எடையை விடவும் 50 மடங்கு சுமையினைச் சுமக்கவும் முடியும்.

மொத்த உலக விலங்கினங்களில் எறும்பார் பத்தில் ஒரு பகுதி இருக்காங்க. பூமியிலுள்ள அனைத்து எறும்புகளின் எண்ணிக்கை அனைத்து மக்களின் எண்ணிக்கைக்கு சமம்.

ஸ்லேவ் மேக்கர் என்ற வகை எறும்புகள் மற்ற எதிரி எறும்புகள் வந்து கூட்டில் உள்ள எறும்புக் குஞ்சுகளைத் திருடிச் செல்லாமல் கூட்டைச் சுற்றிக் காவல் செய்யும்.

பின்பு, இந்தக் குஞ்சுகள் வளர்ந்தவுடன் அவைகளை அடிமை வேலை செய்ய வைப்பாங்களாம் இந்த ஸ்லேவ் மேக்கர்.

சில பறவைகள், நம்ம எறும்பாரை அவற்றின் இறகுகளில் வைத்துச் செல்கின்றன. ஏனெனில் எறும்பார் ஒட்டுண்ணிகளைக் கொல்லும் ஃபார்மிக் அமிலத்தை வெளியிடுறாங்களாம்.

நீருக்கடியில் இரண்டு நாட்கள் வரை உயிர்வாழ்வாங்களாம். நிலநடுக்கம் ஏற்படப் போவதை முன்கூட்டியே அறியும் ஆற்றலும் இவங்களுக்கு இருக்குன்னா பாருங்களேன் எவ்வளவு நுண்ணுணர்வு இவங்களுக்கு இருக்குன்னு.

எறும்பார் ஆறு நிறங்களில் இருக்காங்க பச்சை, சிவப்பு, பழுப்பு, ஊதா, நீலம் மற்றும் மஞ்சள்ன்னு கலர்ஃபுல்லா இருக்காங்க.

மிகவும் சிறந்த வாசனை நுகரும் சக்தி, கண் பார்வை உடைய எறும்பாருக்கு சுவாசப்பைகள் இல்லை .

அட, இத்தூனுண்டு உடம்புக்கும், வயித்துக்குமா இத்தனை பாடு? அப்படின்னு கேட்டா

எறும்பார் சொல்றார், ஒண்ணு இல்லே இரண்டு வயிறுகள் இருக்கேன்னு.

என்னது இரண்டு வயிறா? ன்னு கேட்டா

ஒரு வயிற்றில் தனக்குத் தேவையான உணவுகளைச் சேர்த்து வைச்சுப்பாங்களாம் மற்றொரு வயிற்றில், பிற எறும்புகளுக்கான உணவை வைச்சுப்பாங்களாம்.

உலகின் முதல் விவசாயி யாருன்னு தெரியுமா? ன்னு கேட்டாங்க எறும்பார்

எனக்குத் தெரியலை, நீங்களே சொல்லுங்கன்னேன்... கொஞ்சம் முறைச்சிகிட்டே சொன்னாங்க...

நிச்சயம் மனிதன் அல்ல. மனிதர்களுக்கு முன்பே விவசாயம் செய்து, உணவைப் பெற்று உயிர் வாழ்ந்து வருவது எங்கள் இனமான இலை வெட்டி எறும்புகள் தான் அப்படின்னாங்க!

இவங்க அமெரிக்க ஐக்கிய நாடுகளில் குடியுரிமை உள்ளவங்களாம்

மற்ற எறும்புகளைப் போன்றே இவங்களேயும் ராணி எறும்பு, ஆண் எறும்பு, வேலைக்கார எறும்பு என்று இருக்காங்களாம்

ராணி எறும்பு உருவத்தில் சற்றுப் பெரிதாக இருப்பாங்களாம் இறக்கையும் இருக்குமாம்.

ராஜ மாதாவின் வழிநடத்தலில் எறும்புக் கூட்டம் இயங்கும். அதாங்க ராணியோட வழிநடத்தலில்.

முட்டையிட்டு சந்ததியை உருவாக்குவதுதான் ராணியின் பிரதான வேலை. ஒரு நாளைக்குச் சுமார் 30,000 முட்டைகள் வரை இடக்கூடியவங்க ராணி.

ஆண் எறும்பின் பணி, ராணியுடன் குடும்பம் நடத்துவது மட்டும்தான்.

வேலைக்கார எறும்புகளில் பல வகைகள் இருக்காங்க. உருவம் சற்றுப் பெரிதாகவும் வலிமையான தாடையும் உள்ள எறும்புகளை வீரர்கள் என்று அழைக்கிறார்கள்.

இந்த எறும்புகளின் பணி இலைகளை வெட்டிக்கொண்டு வந்து, புற்றில் சேர்ப்பதுதான். உருவத்தில் சிறிய வேலைக்கார எறும்புகளுக்கு ராணியைக் கவனிப்பது, புழுக்களுக்கு உணவளிப்பது, கூட்டைச் சுத்தம் செய்வது, உணவைச் சேமித்து வைப்பது, எதிரிகளிடமிருந்து புற்றைப் பாதுகாப்பது, புற்றைக் கட்டுவது என ஏராளமான பணிகள் இருக்குமாம்.

வீரர்கள் விவசாயம் செய்வதற்கான இலைகளைத் தேடிக் கிளம்பிவிடுவார்கள். புற்றுக்குச் சரியாகத் திரும்பி வரவேண்டும் என்பதற்காக ரசாயனத்தைச் சுரந்தபடியே போவங்க இந்த வீரர்கள்.

இலைகளைத் தேடி அலைகின்றன. சரியான இலை கிடைக்காவிட்டால், இன்னும் நீண்ட தூரம் பயணம் செய்து உரிய இலை கிடைத்தவுடன் வலுவான தாடைகளால் கரகரவென்று மிக வேகமாக இலைகளை வெட்டுவாங்களாம்.

இலைகளை வெட்டும்போது எதிரிகள் தாக்காமல் இருக்கவும், இலைகளில் எதிரிகளின் முட்டைகள் ஒட்டிக்கொண்டிருப்பதைப் பரிசோதிக்கவும் செக்கரா சில எறும்புகள் இருக்காங்க.

ஒவ்வொரு எறும்பும் தன்னைவிட 50 மடங்கு எடையுடைய இலையைத் தூக்கிக்கொண்டு வேகமாகப் புற்றை நோக்கித் திரும்புவாங்களாம்.

அப்போது பார்த்தால் இலைகள் நடப்பது போலத் தோன்றும்!

எறும்பாரின் மாளிகையான புற்று பல பகுதிகளாகப் பிரிக்கப்பட்டிருக்கும். முட்டைகள் இட, புழுக்களைப் பராமரிக்க, விவசாயம் செய்ய, உணவைச் சேமிக்க, தூங்க என்று

எல்லாவற்றுக்கும் தனித் தனி அறைகள். இலைகளுடன் நுழையும் எறும்புகள் இருளடைந்த பகுதியை நோக்கிச் செல்கின்றன. அங்கே இலைகளைத் தாடைகளால் வெட்டி, நசுக்கிப் போடுகின்றன. உமிழ்நீரையும் ரசாயனத்தையும் இலைக் கூழ் மீது பாய்ச்சுகின்றன. பிறகு மீண்டும் இலைகளை வெட்டக் கிளம்பிவிடுகின்றன.

இலைக் கூழ் நொதிக்க ஆரம்பிக்கும். அதிலிருந்து சில நாட்களில் பூஞ்சைகள் உருவாகும். அந்தப் பூஞ்சைகள்தான் எறும்புப் புழுக்களின் உணவு. விவசாயம் செய்த பூஞ்சைகளைத் தவிர வேறு எந்த உணவையும் இலை வெட்டி எறும்புகள் புழுக்களுக்குக் கொடுப்பதில்லை! பெரிய எறும்புகள் பூஞ்சைகளுடன் இலைகளில் உள்ள சாற்றையும் உண்கின்றன.

எறும்புகளால்தான் பூஞ்சைகளே உருவாகின்றன. அதற்கு நன்றிக்கடனாக நச்சு இலைகளாக இருந்தால், எறும்புகளுக்குக் காட்டிக் கொடுத்துவிடுகின்றன பூஞ்சைகள். இதன் மூலம் எறும்புகளின் உயிர் காப்பாற்றப்படுகிறது. விஷப் பூஞ்சைகள் உருவாகிவிட்டால் அவற்றை அப்புறப்படுத்தும் வேலைகளை உடனே செய்கின்றன வேலைக்கார எறும்புகள். விவசாயக் கழிவு, இறந்த எறும்புகள் போன்றவற்றையும் இரவு நேரங்களில் சுத்தம் செய்துவிடுவாங்க.

ஓர் எறும்புப் புற்றில் சுமார் 50 லட்சம் இலைவெட்டி எறும்புகள் வசிக்கின்றன. எறும்புக் காலனி ஒரு சிறிய கார் அளவுக்குப் பெரியதாக இருக்கும். ராணி எறும்புதான் எறும்புக் காலனிக்கு எல்லாமே. ராணி இறந்துவிட்டால் மற்ற எறும்புகளும் விரைவில் இறந்துவிடுகின்றன.

மழைக்காடுகளின் சூழலியலைக் காப்பதில் இலைவெட்டி எறும்புகள் முக்கியப் பங்கு வகிக்கின்றன.

மிகச் சிறந்த சமூக வாழ்க்கை வாழும் எறும்புகளிடமிருந்து கற்றுக்கொள்ள ஏராளமான விஷயங்கள் இருக்கின்றன. கூட்டு முயற்சி, வேலைப் பகிர்வு, சுறுசுறுப்பு, விடாமுயற்சி போன்றவற்றை நாமும் கற்றுக்கொள்ளலாம் இல்லையா?

நம் பகுதியில் வாழும் எறும்பார்கள் எதிர்திசையில் வரும் எறும்பாரோடு ஒன்றை ஒன்று மூக்கோடு மூக்கு உரசிக்கொள்ளுவார்களே ? ஏன் தெரியுமா

சொல்றாங்க கேட்போம் வாங்க.

சொல்லுங்க எறும்பாரே.

அதாவது எதிரில் வருபவர் எங்க குடும்பத்தாரா? இல்லை எதிரியா என்பதை எங்க மூக்கின் முன் உள்ள நுண்ணுணர்வுக் கொம்புகளால் அறிவதற்கே அப்படிச் செய்வோம்.

எதிரியா இருந்தா என்ன செய்வீங்க?

சண்டைதான்... சாகும் வரை விடாமல் சண்டை போடுவோம்ல.

அது சரி, அரிசி, பருப்புன்னு, இன்னும் பல தானியங்களை எடுத்திட்டுப் போறீங்களே முளை விடுமே? என்ன செய்வீங்க.

அதெல்லாம் எடுக்கும்போதே முளை விடமுடியாத படி கருத்தடை செய்துவிடுவோம்...

அப்போ நீங்களும் விஞ்ஞானிதான்...

இலக்கியத்தில் எறும்பு.

எறும்பாரைப் பற்றி இலக்கியத்தில் என்ன சொல்லியிருக்காங்கன்னு பார்ப்போம் வாங்க

"புல்லும் மரனும் ஓரறிவினவே"

"நத்தும் முரளும் ஈரறிவினவே"

"சிதலும் எறும்பும் மூவறிவினவே"

"நண்டும் தும்பியும் நான்கறிவினவே"

"மாவும் மாக்களும் ஐயறிவினவே"

"மக்கள் தாமே ஆறறிவுயிரே"

(தொல். பொருள் மரபியல் நூற்பாக்கள் 28 -33)

கோடை நீடலின் வாடு புலத்து உக்க

சிறு புல் உணவு நெறிபட மறுகி

நுண் பல் எறும்பு கொண்டு அளைச் செறித்த

வித்தா வல்சி - *அகம் 377/1-4*

பல்வேறு வகையினராக வாழும் இவங்களுக்கு பல்வேறு பெயர்கள் உண்டு...

தேனெறும்பு,

பருந்தலையெறும்பு,

பனங்கட்டியெறும்பு,

பிள்ளையார் எறும்பு,

நிமிண்டி,

பேய்க்கால் எறும்பு (நீளமான கால்கள் உடைய கறுப்புநிற எறும்பு),

வரம்,

ஆயெறும்பு,

நாயெறும்பு,

உலூதை

என்று பலவகையான எறும்புகள் குறிப்பிடப்படுகின்றன. எறும்புக்கு உறவி, இறும்பி, எறும்பி என்னும் பொதுப்பெயர்களும் உண்டு.

சுற்றுச்சூழலில் எறும்பின் பங்கு.

அது சரி! இவங்களப் பற்றி இவ்வளவு நீளமா ஏன் பேசுகிறோம்.

இயற்கையின் படைப்பில் சுற்றுச்சூழலில் மண்ணின் ஊட்டச் செறிவைப் பெருக்குதல், கரிமப் பொருளைச் சிதைவுறச் செய்தல், தாவர-மகரந்தச் சேர்க்கை மற்றும் விதை பரவலுக்கு உதவுதல் மற்றும் ஆர்த்ரோபாட் சமூகக் கட்டுப்பாட்டாளர்களாக இயங்குதல் என மிக முக்கிய சூழலியல் பணியாற்றும் எறும்பார்தான் முதன்முதலில் உலகில் காகிதம் தயாரித்தவர்.

சுற்றுச்சூழலின் பொறியாளர் இவர்தான், விழும் இலை, தழைகளை மட்க செய்து செல்லுலோஸாக மாற்றுவதில் முதலிடம் எறும்பாருக்குதான்.

மேலும், இவங்க பூமிக்கு அடியில் முப்பரிமாணக் கோட்டை கட்டுவதால்,பூமியின் சுவாசத்திற்குப் பெரிதும் உதவியாக இருக்கிறார்கள், இதன் மூலம் மண்ணின் நலமும், பயிர்களின் உற்பத்தியும் செழிக்கவும் உதவுகிறார்கள்.

மண்புழுக்களைப் போலவே மண்ணைப் புரட்டிப் போடுவதில் எறும்பாருக்கும் முக்கியப் பங்குண்டு.

கூடவே, இவங்க வெதர் மேனும் கூட, ஆமாங்க பூமியின் வெப்ப நிலைக்குத் தகுந்தாற் போல் கறுப்பு எறும்பு, சிவப்பு எறும்புன்னு நிலத்தில் வாழ்வாங்க... அதன் அடிப்படையில் பூமியின் வெப்ப நிலையும் அறிவிக்கிறாங்க.

கறுப்பு நிற எறும்புகள் அதிகரித்தால் நிலம் குளிர்ச்சியாக உள்ளதென்றும், சிவப்பு வண்ண சிற்றெறும்புகள் அதிகரித்தால் நிலம் சூடாக இருக்கிறது என்றும், பழுப்பு வண்ண எறும்புகள் வாழுமிடம் மிதவெட்பமும்,குளிர்ச்சியும் இணைந்த பகுதிகள் என்றும் அறியலாம்.

கூடவே, பல்வேறு தாவரங்களும் முழுமையாக, விதை பரவலுக்கு எறும்பாரையும் சார்ந்திருக்கின்றன. எறும்பார் இல்லாத இடம் வாழத் தகுதியற்ற பூமி என்பதை உணர்ந்து...

எறும்பார்களைக் காப்போம். காலநிலை மாற்றங்களால் அழிவுறும் எறும்புகளைப் பேணிக் காக்க கரியமில வாயுவினை வெளியிடுவதைக் குறைப்போம், காடுகளைக் காப்போம்.

13. வௌவால்

பால் சுரக்கும் தாயுமானவர்.

வவ்வாலின் வாழ்வியல்.

ஆமாங்க , வாவல், வாவுப்பறவை என்ற பெயர்களுடன் வலம் வரும் நம்ம காம்ரேட்தான் வௌவால்.

உலகிலேயே மிகச்சிறிய பாலூட்டி பம்பல்வீ எனும் வவ்வால், இவரு ஆளுதான் வாமனன் மாதிரி அதாவது இவங்க சைஸ் 3 செ.மீ நீளமும், இரண்டு கிராம் எடையும்தான், ஆனா சாப்பிடறதுல குண்டோதரன்ங்க....

நம்ம காம்ரேட், தன்னுடைய உடல் எடையைக் காட்டிலும் மூன்று மடங்கு உணவைச் சாப்பிடுவாங்க.

இது அதிசயமே அசந்து போகும் அதிசயம் அல்லவா?

சின்னதுன்னு ஒண்ணு இருந்தா பெருசுன்னு ஒண்ணு இருக்கணும்ல.... இருக்காங்க அவங்க ஃப்ளையிங் ஃபாக்ஸ் *(flying fox)* வவ்வால்... இவங்க 41 செ.மீ நீளம் வரை வளருவாங்க...

சாப்பிடலாம் வாங்க...

அதெல்லாம் இருக்கட்டும் இவங்க வெஜிடேரியனா? நான்வெஜிடேரியானா? ன்னு பார்த்தா, இவங்க எல்லாத்தையும் அடி தூள் கிளப்புறாங்க...

பூவு, பூவுக்குள் ஒளிந்திருக்கும் தேனு, மகரந்தம், காய், கனின்னு ஒரு பக்கமும்...

இன்னொரு வகை காம்ரேட்கள்

சின்னச் சின்ன பூச்சி, வண்டு, சிறு பறவைகள், தவளை, மீனுன்னு கொண்டாடுறாங்க.

ரத்தக் காட்டேரியா வவ்வால்

ரத்த காட்டேரின்னும், டிராகுலான்னும் மிகைப்படுத்தப்பட்டவங்களும் இவங்க தான்.ஆனால் எல்லோரும் இரத்தம் குடிக்கமாட்டாங்க.

இருக்கற 951 வகையில மூன்று வகையினர்தான் உயிர் பிராணிகளின் இரத்தத்தை மட்டுமே குடித்து உயிர் வாழவாங்க... அதுவும் கழுத்தைக் கடிச்சு டிராகுலா மாதிரியெல்லாம் இல்லைங்க...

உதாரணமாக வம்பயர் வவ்வால்கள் *(Vampire)* இவை தங்களின் கூரிய பற்களைக்கொண்டு முதலில் பிராணிகளின் உடலில் காயத்தை ஏற்படுத்துவாங்க. அதிலிருந்து ஒரு முறைக்கு 20 மில்லி வரை இரத்தத்தைக் குடிப்பாங்க. இந்த அளவு அவங்க எடையில் 40 சதவிகிதம் ஆகும்.

மேலும் ஒரு ஆச்சர்யமான விஷயம் என்னவென்றால் ஓல்ட் வேர்ல்ட் புரூட் வவ்வால்கள் *(Old world fruit bats)* ஒரு நேரத்திற்கு 500 கிராம் வரை பழங்களை சாப்பிடுவாங்க. இந்த அளவு, இவற்றின் எடையைக் காட்டிலும் மூன்று மடங்கு அதிகமாகும்.

தங்குமிடங்கள்

நம்ம காம்ரேட்கள் பொதுவாக ஒரு சமுதாயமாகக் கூடி வாழக்கூடியவர்கள்.

ஒரு கூட்டத்தில் 2000க்கும் மேற்பட்ட வவ்வால்கள் வாழ்வார்கள்.

இவைகள் வருடம் முழுதும் தங்களுக்கு உணவுத்தட்டுப்பாடின்றிக் கிடைக்கக்கூடிய இடங்களைத் தேர்வு செய்து வாழ்கின்றன.

இவங்க, உலகின் அனைத்துப் பிரதேசங்களில் வாழ்ந்தாலும் கூட மிக அதிக அளவில் வெப்பம் மிகுந்த நாடுகளில் பொதுவாக வாழ்றாங்க.

இவங்களுக்குப் பிடித்த ரிசார்ட் குகைகள், பாறை இடுக்குகள், பொந்துகள், பள்ளங்கள் போன்றவைதான்.

இன்னும் சில நம்ம காம்ரேட்கள் நாம் காணக்கூடிய வகையிலே மரங்களின் கிளைகளிலே தலைகீழாகத் தொங்கிக் கொண்டிருக்கின்றன.

இவைகளின் தலைகீழாகத் தொங்கக்கூடிய இந்தச் செயலும் கூட மற்ற எல்லாவற்றிலும் வேறுபட்டுள்ள ஒரு நிலைதான். மேலும் தலைகீழந்த் தொங்குவதற்கு எந்தவிதமான சக்தி இழப்பும் இவர்களுக்கு ஏற்படுவதில்லை.

இதுவும் ஓர் ஆச்சர்யமான நிகழ்வாகும். மனிதர்களாகிய நமக்கோ இரண்டு நிமிடங்கள் கைகளை ஒரே நிலையில் தூக்கி வைக்க இயலாது என்பதை நாம் அறிவோம்.

இவங்க தலைகீழாகத் தொங்கும் போது இவங்களோட உடல் எடையின் காரணமாக பின்புறக் கால்களின் தசை நார்கள் ஒன்றுடன் ஒன்று தன்னிச்சையாகக் கோர்த்து இணைந்துகொள்வதன் மூலம் இவங்களோட விரல் நகங்கள் தொங்கும் மேற்புறத்தை இறுகப் பற்றிப்பிடித்துக்கொள்ளுகின்றன. இதனால் எந்த விதமான சிரமமுமின்றி இவங்க ஜம்முன்னு தூங்கறாங்க.

சுயம்வரம்

நம்ம காம்ரேட் ஹாமர் ஹெட் வவ்வால்களின் இனப்பெருக்க முறை மிக வித்தியாசமானதாகும். இவ்வினத்தின் ஆண் வவ்வால்கள் நூற்றுக்கணக்கில் ஒரு மரத்தில் தொங்கிக்கொண்டு இருப்பாங்க.

இவர்கள் பெண் வவ்வால்களைக் கவர வித்தியாசமான சப்தங்களை எழுப்புவார்கள். இதனால் கவரப்பட்ட பெண் வவ்வால்கள் அங்கு வருகை புரிவார்கள்.

ஒவ்வொரு ஆண் வவ்வாலும் தான் தேர்வு செய்யபட நிறைய முயற்சிகளை மேற்கொள்வாங்க.

இருப்பினும் கூட அந்த நூற்றுக்கணக்கான வவ்வால்களில் ஒன்றினை மட்டும் தேர்வு செய்து இனப்பெருக்கத்தில் ஈடுபடும் இந்த நிகழ்ச்சி பழங்கால இளவரசிகள் சுயம்வரம் நடத்தித் தங்களுக்குப் பிடித்த ஆண்களைத் தேர்வு செய்த நிகழ்வினை ஒத்திருக்கிறது இல்லையா?

பால் சுரக்கும் ஆண்

வவ்வால் பல அதிசயங்களைத் தன்னுள் வைத்துள்ளார்...

உலகில் உள்ள உயிரினங்களில் ஆண் இனத்தின் மார்பில் பால் சுரக்கும் தாயுமானவர் நம்ம தயாக் (Dayak) வவ்வால் காம்ரேட்தான் வேறெந்த உயிரினங்களிலும் காணமுடியாத இயற்கையின் பேரதிசயம்.

பொதுவாக யாவரும் அறிந்திருப்பது, முட்டையிடுதல் கர்ப்பமடைதல், பாலூட்டுதல் போன்ற பண்புகளை பெண் உயிரினங்களுக்கு உரியது என்பதே.

ஆனால் நம்ம காம்ரேட் தயாக் வவ்வால் பேர்ச்சரியத்தை தந்திருக்கிறார்... வாங்களேன் என்னன்னு பார்ப்போம்.

1994 ஆம் ஆண்டு விஞ்ஞானிகள்...

மலேசியாவின் குடியுரிமை உடைய நம்ம காம்ரேட் தயாக் (Dayak) பழந்தின்னி வவ்வால்களில் 10 ஆண் வவ்வால்களை ஆராய்ச்சி செய்து ஒரு அதிசயத்தக்க முடிவினை வெளியிட்டார்கள்.

அந்த முடிவு இதுதான், நம் கற்பனையிலும் உதிக்காத ஒன்றை நம் காம்ரேட் தயாக் ஆண் வவ்வால்கள் மார்பகங்களில் பால் சுரப்பது கண்டறியப்பட்டது.

பாலூட்டிகளில் ஆண் உயிரினத்தின் மார்பில் பால் சுரக்கக்கூடியவர் நம்ம தயாக் ஒருவராகதான் இருப்பார்.

நம்ம காம்ரேட் வவ்வால்களின் அதிசயங்கள்.

மெக்ஸிகன் பிரிடெய்ல் வவ்வால்கள் குளிர் காலங்களில் தூரப்பிரதேசத்தின் தட்பவெப்ப நிலைகளைத் துல்லியமாக அறிந்து 1600 மைல்களைக் கடந்து மெக்ஸிகோ செல்லும் அதிசய ஆற்றல் பெற்று இருக்கிறார்கள்.

இத்தகைய ஆற்றலைப் பெற, இவர்களின் மூளைப்பகுதியில் பூமியின் காந்த மண்டலங்களை அறியக்கூடிய அமைப்பு எதுவும் இருக்கலாம் என்று விஞ்ஞானிகள் கருதுகிறார்கள்

வவ்வால்கள் சராசரியாக மணிக்கு 100 கிலோ மீட்டர் வேகத்தில் பறக்கும் ஆற்றலுடையவர்கள். அடர்ந்த இருளிலும் பார்க்கக்கூடிய கண் அமைப்பு

மஸ்டிப் வவ்வால்களின் ஒரு காலனி ஒரு இரவில் 250 டன் எடையுள்ள இரையை உண்டு முடிக்கக்கூடிய அபரிதமான ஆற்றல்.

மீயொலியின் (ultrasonic) எதிரொலியின் மூலம் இரையைப் பிடிக்கும் அதிசயமான ஆற்றல். ECHO LOCATION

இன்றைய நவீன அறிவியல் கண்டுபிடிப்புக்களில் ஒன்றான ரேடாரின் இயக்கத்தை ஒத்த ஒரு இயக்கம்தான் வவ்வால் தனது இரையை அடைய மேற்கொள்ளும் உத்தியாகும்.

இலக்கியத்தில் வவ்வால்

பறக்கும் ஒரே பாலூட்டியான வவ்வால் பற்றி சங்க இலக்கியத்தில் நம் முன்னோர்கள் என்ன சொல்லி இருக்கிறார்கள் என பார்ப்போம்.

வேம்பின் ஒண் பழம் முணைஇ, இருப்பைத்
தேம் பால் செற்ற தீம் பழம் நசைஇ,
வைகு பனி உழந்த வாவல், சினைதொறும்,

நெய் தோய் திரியின் தண் சிதர் உறைப்ப,
நாட் சுரம் உழந்த வாள் கேழ் ஏற்றையொடு
பொருத யானைப் புட் தாள் ஏய்ப்ப,
பசிப் பிடி உதைத்த ஓமைச் செவ் வரை
வெயில் காய் அமையத்து இமைக்கும் அத்தத்து,
அதர் உழந்து அசையினகொல்லோ-ததர்வாய்ச்
சிலம்பு கழீஇய செல்வம்
பிறருழைக் கழிந்த என் ஆயிழை அடியே?

- நற்றிணை 279

சிறு பைம் தூவி செங் கால் பேடை
நெடு நீர் வானத்து வாவு பறை நீந்தி
வெயில் அவிர் உருப்பொடு வந்து கனி பெறாஅது
பெறு நாள் யாணர் உள்ளி பையாந்து
புகல் ஏக்கற்ற புல்லென் உலவை
குறுங்கால் இற்றி புன்தலை நெடுவீழ்

- அகம் 57/1-6.

சிறிய மெல்லிய சிறகினையும் சிவந்த காலினையும் உடைய வாவல்பேடை

நெடிய தன்மையை உடைய வானத்தை தாவிப் பறத்தலால் கடந்து,

வெயில் தகிக்கும் கடுமையொடு வந்தும் கனிகளைப் பெறாமல்,

அதைப் பெறுகின்ற நாளில் கிடைக்கும் நல்ல கனிகளை எண்ணி ஏங்கிப்

புகலிடத்திற்காகத் தளர்ந்துபோய் வாடியிருக்கும் பொலிவற்ற கிளையையுடைய குறிய அடியை உடைய இத்தி மரத்தின் புல்லிய உச்சியிலிருந்து தாழும் நெடிய விழுதுஎன்பது இதன் பொருள். வாவல் என்பது வௌவால். பேடை என்பது பெண் பறவையைக் குறிக்கும். வாவிப் பறத்தலால் வாவல் என்றானது என்பர்.

பெருஞ்சிறகுப் பறவைகளான கொக்கு, நாரை போன்றவை பழம் தின்னமாட்டா. எனவே, வாவுப்பறை நீந்தி, கனி பெறாது என்பதால் இது வௌவாலையே குறிக்கிறது என உரையாசிரியர்கள் கூறுவதாலேயே, வாவுப் பறை என்பது பெருஞ்சிறகுப் பறவைகளுக்கே உரித்தானது என்பது பெறப்படும். நீந்தி என வருவதால் இவை வானத்தில் விரைந்து பறப்பதைக் குறிக்கிறது. எனவே, இது வாப்பறையின் மேலெழும் வகை ஆகாமல், உயரே பறக்கும் வகையைச் சேர்ந்தது எனலாம். பழந்தின்னி வௌவால்கள் வானத்தில் பறந்து செல்வது பெரும்பாலும் விரைவாகவே இருக்கும்.

அமிழ்தம் உண்கநம் அயலி லாட்டி
பால்கலப் பன்னதேக்கொக்கு அருந்துபு
நீல மென்சிறை வள்ளுகிர்ப் பறவை
நெல்லி யம்புளி மாந்தி அயலது
முள்ளில்அம்பணை மூங்கில் தூங்கும்
கழைநிவந் தோங்கியசோலை
மலைகெழு நாடனைவருமென்றோளே'

- குறுந். *201*

வௌவால் = தலைவன், அது இனிய மாம்பழம் உண்டது போலத் தலைவியை அனுபவித்தல், புளிக்கும் நெல்லிக் காயை உண்டது போலப் பரத்தையைத் துய்த்தல், மூங்கில் கிளையில்தூங்குதல் போல் தலைவியைப் பார்க்க வராதது. அதாவது இதுவரை பரத்தையைத் துய்த்துவிட்டுத் தலைவியைப் பார்க்க வராமல் வீட்டில் இருந்த தலைவன் வருகிறான் என்று பக்கத்து வீட்டுக்காரி சொன்னது பிரிந்த தலைவன் வருகிறான் என்பது தலைவிக்கு மிகுந்த மகிழ்ச்சி. எனவேதான் பக்கத்து

வீட்டுக்காரி கிடைத்தற்கு அரிய அமிழ்தம் பெற்று உண்ணட்டும் என்று சொல்கிறாள

சுற்றுச்சூழலில் வவ்வாலின் பங்கு.

இயற்கை எதையும் வீணாகப் படைப்பதில்லை.

சுற்றுச்சூழலில் நம் காம்ரேட் வவ்வால்களின் பங்கு என்னவெனப் பார்ப்போம்

நள்ளிரவில் மகரந்தச் சேர்க்கை செய்யும் வவ்வால்

நள்ளிரவில் பூப்பூக்கும் தாவரம் முள்நாறி (துரியான்). சிறிது நேரத்திலேயே உதிர்ந்து விடும்.

அந்த நள்ளிரவு நேரத்தில் தேன் உண்ணும் வவ்வால்கள் துரியன் பூவில் தேனுறிஞ்சுகின்ற இவர்களின் மூலம் அயல் மகரந்தச் சேர்க்கை நடைபெறும் அதனால் நமக்கு என்ன நன்மைன்னு கேட்கிறீங்களா?

முள்நாறி பழம், மகப்பேறு இல்லாதவர்களுக்கான மருந்துவ பழம்.

பூச்சிக்கொல்லிகள் *-pest controller & Best Controller*

இவர்கள் முக்கியமாக மனிதர்களுக்கு ஊறுவிளைவிக்கக்கூடிய பூச்சி, கொசு, வண்டு மற்றும் ஈக்களை அடிச்சு துவம்சம் செய்திடுறாங்க....

மெக்ஸிகோவில் காலனியாக(கூட்டமாக) வாழக்கூடிய மஸ்டிப்(*mastiff*) வவ்வால்களோட டின்னரை என்னான்னு பாருங்களேன்...

ஒரு இரவில் 250 டன் எடையுடைய பூச்சி, வண்டு மற்றும் கொசுக்களைத் தங்கள் டின்னராக சாப்பிடறாங்க என்றால், மனிதர்களுக்காக இயற்கையன்னை படைத்தபூச்சிக்கொல்லிகள் *(Pest control)* இவங்க இல்லையா?

சிறிய பழுப்பு நிற வவ்வால்கள் *(Little brown bat)* ஒரு மணி நேரத்தில் 600 கொசுக்கள் வரை பிடித்துச் சாப்பிடுவாங்களாம்.

இதிலிருந்து இவர்கள் மனித குலத்திற்குச் செய்கின்ற சேவை எத்தகையது என்பதை நாம் உணர வேண்டும்.

சுற்றுச்சூழல் உணவு சங்கியிலில் ஒன்றை ஒன்று சார்ந்து வாழக்கூடிய அற்புதத்தையும், ஒன்று இன்னொன்றுக்கு உதவியாக இருக்கும்படியும் அமைத்திருக்கும் இயற்கையின் கருணை மீபெரிது.

இந்த அதிசயத்தை எண்ணி எண்ணி வியக்கிறேன்.

அவ்வளவுதானா? இன்னும் இருக்குங்க

கழிவும் கழிவல்ல

இவர்களின் கழிவுகளில் மிக அதிக அளவிற்கு நைட்ரஜன் மற்றும் பாஸ்பரஸ் உள்ளதால் மிகச்சிறந்த உரமாக பூமிக்கு அமைந்துவிடுகின்றன.

பல நாடுகளில் இவர்கள் வசிக்கக்கூடிய இடங்களிலிருந்து இவற்றின் கழிவுகள் சேகரிக்கப்பட்டு விவசாயத்திற்குத் தேவையான மிக உயர் தரமான உரம் தயாரிக்கப்படுகின்றது. இவையும், நம்ம காம்ரேட் வவ்வால்களின் பயன்பாடுகளில் மிகமுக்கியமானதாகும்.

நேரடியான பயன்கள்

வம்பைர்*(vampire)* வவ்வால்களின் வாயில் சுரக்கும் உமிழ் நீரிலிருந்து மனிதர்களுக்கு ஏற்படும் இதய சம்பந்தமான நோய்க்கு மருந்து தயாரிக்கப்படுகின்றது.

மேலும் மூளைக்குச் செல்லும் இரத்தம் தடைபடுவதைத் தடுக்கவும் காயங்களிலிருந்து வெளியேரும் இரத்தத்தை விரைவில் உறைய வைக்கவும் இவை பயனாகின்றன.

பிரிடெய்ல் வவ்வால்களின் இருப்பிடங்களில் சேர்ந்த இற்றின் கழிவுகளிலிருந்து கிடைக்கக்கூடிய சோடியம் நைட்ரேட்டைக்

கொண்டு அமெரிக்காவில் நடந்த சிவில் போரில்(1861-1865) வெடிமருந்து தயார் செய்துள்ள வரலாறும் நமக்கு காணக்கிடைக்கின்றது.

இவர்களை நம்பி 500 க்கும் மேற்பட்ட தாவரங்கள் மகரந்தச் சேர்க்கை மற்றும் அயல் மகரந்தச் சேர்க்கைக்கு காத்திருக்காங்க..

காடு வளர்க்க, பூச்சிக்கொல்லியாகப் பயன்பட, மருத்துவத்திற்கு, விவசாயத்திற்கு உரமென மனிதர்களுக்குத் தொண்டாற்றும் நம் காம்ரேட் வவ்வால்களைப் பாதுகாப்போம் பயன் பெறுவோம்.

இப்படிப் பொதுச் சேவை செய்யும் வவ்வால்களை காம்ரேட் என்றது சரிதானே.

14. மீன்கொத்தி

காற்றில் பறக்கும் நீலமாணிக்கம்

சரி ! இவரைப் பற்றி ஏன் பேசுறோம் வாங்க பார்ப்போம்.

மீன்கொத்தியின் வாழ்வியல்.

சுமார் 90 வகை இனங்கள் உடைய இவர் மேற்கு வங்கத்தின் மாநில பறவை.

சும்மா கிண்ணுன்னு கிங் ஃபிஷ்ர் காலை ஆறுமணிக்கெல்லாம் அலாரம் வச்ச மாதிரி கி கி கின்னு குரல் கொடுத்து எழும்பிடுவார்.

பேரு "கிங்" ன்னாலும் ஒருதார மணம் செய்பவர்தான் நம்ம கிங்ஃபிஷர்...

அழகிய வண்ணங்களால் கருத்தையும் கண்ணையும் கவரும் இவருக்குப் பெரிய தலை, சின்னக் கால், குட்டியூண்டு வாலு, கூரான நீளமான அலகு என இருப்பார்.

இவருடைய முக்கிய உணவு மீனு மீனோய் தான்... பெரிய அசைவப் பிரியர்.

ஓடுமீன் ஓட உறுமீன் வருமளவும் காத்திருக்குமாம் கொக்கு என்பது யாவருமறிந்தது.

ஆனால், நம்ம ஹீரோ உறுமீன் இல்லைங்க சிறுமீனையும் விடாம, பிடிச்சுடுவாரு.

இவருடைய ஒரு முக்கிய, தனித்த இரைபிடிக்கும் பண்பு காண்பவரை அப்படியே

உறைய வைக்கும்.

நீர்நிலைகள் பக்கத்தில் மரம், பாலம்,மின் கம்பின்னு உட்கார்ந்து தண்ணீருக்குள்ள ஓடும் மீனை கவனிச்சு, டக்குன்னு டைவ்அடிச்சு உயிரோட கொத்திட்டு வந்திடுவார்.

ஆமாங்க...நீர்நிலை மேற்பரப்பில் 15-20 அடி உயரத்தில் ஒரே இடத்தில் இறக்கைகளை அடித்துப் பறப்பார்..

இரையின் அசைவுகளை அவ்வளவு உயரத்திலிருந்து நுணுக்கமாய் கண்காணிப்பார்.

சரியான நேரத்தில் இரையை இலக்காக்கி செங்குத்தான நீர்ப்பரப்பை நோக்கிப் படுவேகமாய்த் தண்ணீருக்குள் சென்று மீனை வாயில் கவ்வியபடி மேலே பறந்துபோவார்.

கொத்தி வந்தவுடன் மரத்திலோ, கல்லிலோ அடித்து அந்தரத்தில் தூக்கிப்போட்டு, மீனின் தலைப்பகுதி, முதலில் வாய்குள் போகிற மாதிரி கேட்ச் பிடிச்சு சாப்பிடுவாரு.

அசைவப் பிரியருல்ல... மீன் மட்டுமில்லாம தவளை, ஓணான், பல்லி, சிறு பாம்பு, சிறு பறவைகளென அசைவ உணவாக் கொண்டாடித் தீர்த்திடுவாரு.

இவரை, நரியார், காட்டு மற்றும் வீட்டுப் பூனைகள், ரக்கூன்கள், பாம்புகள் மற்றும் மனிதர்கள் விரும்பி சாப்பிடுறாங்க.

இலக்கியத்தில் மீன்கொத்தி.

சிரல், சிச்சிலி என்று சங்கத்தமிழ் காலம் முதல் அழைக்கப்படும் வண்ண மயமானவர்தான் நம்ம ஹீரோ மீன்கொத்தி...

சங்க இலக்கியத்தில் இவரைப் பற்றிய குறிப்புகள் ஏராளமாக இருக்கின்றன... வாங்களேன் அப்படி என்னதான் பாடியிருக்காங்கன்னு பார்ப்போம்.

உன்னம், நாரை, மகன்றில், புதா, உளில்,

அன்மை, கோழி, வண்டானங்கள், ஆழிப்புள்

கின்னரம், குரண்டம், கிலுக்கம், சிரல்,

சென்னம், காக்கா, குணாலம் சிலம்புமே

–ஊர்தேடு படலம், சுந்தர காண்டம், கம்பராமயணம்.

வெள்ளி விழுத் தொடி மென் கருப்பு உலக்கை,

வள்ளி நுண் இடை வயின் வயின் நுடங்க;

மீன் சினை அன்ன வெண் மணல் குவைஇ,

காஞ்சி நீழல், தமர் வளம் பாடி,

ஊர்க் குறுமகளிர் குறுவழி, விறந்த

வராஅல் அருந்திய சிறு சிரல் மருதின்

தாழ் சினை உறங்கும் தண் துறை ஊர!

அகத்திணை 286 (ஓரம்போக்கியார்)

கண்கயல் என்னும் கருத்தினால் காதலி

பின்சென்ற தம்ம சிறுசிரல்; - பின்சென்றும்

ஊக்கி எழுந்ததும் எறிகல்லா ஒண்புருவம்

கோட்டிய வில்வாக்கு அறிந்து.

- நாலாடியார் 395

சிறிய மீன்கொத்திப் பறவை அவளது கண்களைக் கயல்மீன்கள் என்று எண்ணிக்கொண்டு அவள் பின்னே சென்றது. அதனை அவள் பார்த்தாள்.அப்போது அவள் புருவம் வளைந்தது. அதனைத் தன்னை எய்ய வளைந்த வில் என நினைத்துக்கொண்டு திரும்பிவிட்டது.

பனிவளர் தளவின் சிரல்வாய்ச் செம்முகை ஆடு சிறைவண்
டவிழ்ப்ப"

-ஐங்குறுநூறு (பாடல் 447)

என ஐங்குறுநூறு (பாடல் 447) பாடலில் முல்லை மொட்டினை மீன்கொத்தியின் அலகிற்கு ஒப்பிட்டது சிறப்பு.

அருமறையைச் சிச்சிலிபண் டருந்தத் தேடும் (திருமுறைகண். 17.)

ஆயமொடு
ஆமான் சூட்டின் அமைவரப் பெறுகுவிர்.
நறும் பூங் கோதை தொடுத்த நாள் சினைக்
குறுங் கால் காஞ்சிக் கொம்பர் ஏறி,
நிலை அருங் குட்டம் நோக்கி, நெடிது இருந்து,
புலவுக் கயல் எடுத்த பொன் வாய் மணிச் சிரல்
வள் உகிர் கிழித்த வடு ஆழ் பாசடை,
முள் அரைத் தாமரை முகிழ் விரி நாள்போது
கொங்கு கவர் நீலச் செங் கண் சேவல்
மதி சேர் அரவின் மானத் தோன்றும்
மருதம் சான்ற மருதத் தண்பணை,

- சிறுபாணாற்றுப்படை 178-185

மாதர் நின்கண் போதெனச் சேர்ந்து
தாதுண் வண்டின மீதுகடி செங்கையின்
அஞ்சிறை விரிய அலர்ந்த தாமரைச்
செங்கயல் பாய்ந்து பிறழ்வன கண்டாங்கு
எறிந்தது பெறாஅ திரையிழந்து வருந்தி
மறிந்து நீங்கு மணிச்சிரல் காணெனப்

பொழிலும் பொய்கையுஞ் சுதமதி காட்ட
மணிமே கலையம் மலர்வனங் காண்புழி

- சிறுபாணாற்றுப்படை

வண்டல் ஆயமொடு உண் துறைத் தலைஇப் புனல் ஆடு மகளிர் இட்ட பொலங்குழை இரைதேர் மணிச்சிரல் இரைசெத்து எறிந்தெனப் புள்ஆர் பெண்ணைப் புலம்புமடல் செல்லாது கேள்வி அந்தணர் அருங்கடன் இறுத்த வேள்வித் தூணத்து அசைஇ, யவனர் ஓதிம விளக்கின் உயர்மிசைக் கொண்ட வைகுறு மீனின் பைபயத் தோன்றும் நீர்ப் பெயற்று எல்லை போகி' - -

- (311-319 பெரும்பாணாற்றுப்படை)

சுற்றுச்சூழலில் மீன்கொத்தி.

இவங்களுக்கும் சுற்றுச்சூழலுக்கும் என்ன தொடர்பு ?

பார்ப்போம் வாங்க...

பொதுவான கிங்ஃபிஷர்கள் ஒரு சுற்றுச்சூழல் அமைப்பின் ஆரோக்கியத்திற்கு ஒரு நல்ல குறிகாட்டியாகச் செயல்படுகிறார்கள். அவர்கள் சிறிய நீர்வாழ் விலங்குகளை உண்பதால், தண்ணீரில் உள்ள நச்சுகள் இவர்களைக் கடுமையாகப் பாதிக்கின்றன.

ஒரு வலுவான மீன்கொத்தி வாழுமிடம் மக்கள் வாழ்வதற்குச் சிறந்த இடமாகும்.

நன்னீர் வாழ்விடங்களிலிருந்து சிறிய மீன்கள், இறால், தவளை, நத்தை போன்றவற்றை உண்பதன் மூலம் சுற்றுச்சூழலில் உணவுச் சங்கிலியை சமன்நிலையில் வைப்பதற்கு பேருதவியாக இருக்கிறது.

குறிப்பாக நீர்நிலைச் சூழலில், நீர்வாழ் உயிரினங்களின் தொகையைக் கட்டுக்குள் வைத்திருப்பதில் இவர்களின் பங்கு அதிகமும் முக்கியமானதும் ஆகும்.

சிரல் இல்லா ஊர் பாழ் !

ஆமாங்க நீர்நிலைகள் பக்கத்தில் வாழும் மீன்கொத்திகள் தான், ஒரு இடத்தின் நீர்வளத்திற்கான அளவுகோலாகவும் இருக்கிறார்கள். மீன்கொத்திகளைக் காப்போம், நீர் வளம் காப்போம்..

15. தேனீ

நடன மொழி பேசும் தேனீ

தேனீக்கள் மட்டும் இந்த மண்ணில் இருந்து மறைந்துவிட்டால், மனிதன் வாழ்வதற்கு நான்கு ஆண்டுகளுக்கு மேல் மிச்சம் இருக்காது!'

- ஆல்பர்ட் ஐன்ஸ்டீன்.

இனிக்கும் செய்தியல்ல....!

நம்ம தேனீயம்மா, சுறுசுறுப்பானவங்க, தலைமைக்குக் கட்டுப்படுதல் போன்ற உயர் பண்புகளை உடைய தேனீக்களைப் பற்றித் தெரிந்து கொள்ள வேண்டியது மிக மிக அவசியம் வாங்க பார்ப்போம்.

தேனீயம்மா ஆப்பிரிக்காவில் தோன்றியிருக்காங்க. அப்படியே ஒவ்வொரு கண்டமாகப் பரவி தற்போது பூமியில் அன்டார்டிகாவைத் தவிர மற்ற அனைத்துப் பகுதிகளிலும் பரவி வாழ்ந்து வர்றாங்க.

தேனீக்களில் ராணித் தேனீ, ஆண் தேனீ, வேலைக்காரத் தேனீக்கள் என மூன்று வகையான உறுப்பினர்கள் இருக்காங்க. இவங்க ஒவ்வொருத்தரும் ஒரு வகை உடல் அமைப்போடு இருப்பாங்க.

தேனீயம்மா குடும்பத்தில் ராணித் தேனீதான் ராஜ்ஜியத்தின் தலைவி, இவங்களுக்கு கீழே ஆண் தேனீ, வேலைக்காரத் தேனீக்கள் இருக்கிறார்கள்.

இந்த மூன்று பேரின் கூட்டணியால் உருவாவதுதான் தேன் கூடாகும்.

ஒரு தேன் கூடு என்றால் ராணித் தேனீ ஒரே ஒருத்தவங்கதான் இருப்பாங்க. ஆண் தேனீக்கள் நூற்றுக்கணக்கிலும், வேலைக்காரத் தேனீக்கள் ஆயிரக்கணக்கிலும் இருப்பாங்க.

இராணித் தேனீ மற்ற இரு வகைத் தேனீக்களை விட அளவில் பெரியதாக இருப்பாங்க.

கூடுகளில் இருக்கும் மற்ற எல்லாத் தேனீக்களுக்கும் இவங்கதான் தாயாக இருக்கிறவங்க.

ராணித் தேனீக்குக் கொட்டக் கூடிய கொடுக்குகள் இருக்கும். இவை மீண்டும் மீண்டும் வளரும் தன்மை கொண்டவை.

ஆனால் ஆண் தேனீக்களுக்குக் கொடுக்குகள் இல்லை. அதே சமயம் வேலைக்காரத் தேனீக்களுக்கு விழுந்துவிட்டால் மீண்டும் முளைக்காத கொடுக்குகள் உள்ளன.

ஆண் தேனீக்கள் இராணித் தேனீயுடன் உறவு கொண்டவுடன் உயிரிழந்துவிடுவார்.

இராணித் தேனீ முட்டையிலிருந்து முழு வளர்ச்சி அடைந்து பிறக்க 16 நாட்கள் ஆகின்றன. ஆனால், ஆண் தேனீக்கள் பிறக்க 24 நாட்களும், வேலைக்காரத் தேனீக்கள் பிறக்க 21 நாட்களும் ஆகின்றன.

வேலைக்காரத் தேனீக்களுக்கு பூக்களிலிருந்து மகரந்தத் தூளைச் சேகரித்துக் கொண்டு வர அவர்களின் பின் காலில் மகரந்தக் கூடை அமைந்துள்ளது. அதே போல, பூக்களின் குளுக்கோஸைத் தேனாக மாற்றும் தேன் பையும், தேன் கூடு கட்டுவதற்கான சுரப்பியும் வேலைக்காரத் தேனீக்களுக்கு மட்டுமே அமைந்துள்ளது. இது எதும் மற்ற தேனீக்களுக்கு இல்லை.

இராணித் தேனீ கூட்டிலிருந்து வெளியே வந்தவுடன் ஆண் தேனீக்களுடன் உறவு கொண்டு. அதன் மூலம் பல்லாயிரக்கணக்கான உயிரணுக்களை ராணித் தேனீ பெற்றுக் கொள்வாங்க.

அதன் பின்னர் இறக்கும் காலம் வரை முட்டையிட்டுக் கொண்டே இருப்பாங்க நம்ம ராணியம்மா. ஒரு நாளைக்கு 1500 முதல் 3000 முட்டைகளை இடுவாங்களாம் ராணித் தேனீ.

ராணியை எப்படி உருவாக்குவது?

ராணித் தேனீயம்மா பிறப்பதில்லை, உருவாக்கப்படுறாங்க, அதாவது ஒரு ராணித் தேனீக்கு வயதாகிவிட்டதும், உடனடியாக ராணித் தேனீ உருவாக்கும் பணி நடைபெறுகிறது. அதற்கான அறையைத் தேர்ந்தெடுத்து கடைசியாக இட்ட சில முட்டைகளை அதில் வைத்து இனப்பெருக்கம் செய்யப்படுகிறது.

முட்டையிலிருந்து வெளிவரும் லார்வாக்களுக்கு தொடர்ந்து ராயல் ஜெல்லி எனப்படும் உயர் தர ஊட்டச்சத்து திரவம் தரப்படுகின்றன.

இந்தத் திரவம் பெற்ற ஒரு தேனீ மட்டும் நல்ல வளர்ச்சி பெற்று இராணித் தேனீயாக உருமாறுவாங்க. இந்தத் திரவம் என்பது வேலைக்காரத் தேனீக்களின் சுரப்பியிலிருந்து சுரக்கப்படும் சுரப்பியாகும்.

ஒரு ராணித் தேனீ வந்ததும், அதனைத் தொடர்ந்து வரவிருக்கும் ராணித் தேனீக்களை முதலில் வரும் தேனீ கொன்று அழித்து விடுவாங்க. மேலும், பழைய ராணித் தேனீயையும் இது அழித்துவிட்டு புதிய சாம்ராஜ்யத்தைத் துவக்குவாங்க !

ராஜாங்கம் அமைக்கிறதுன்னா சும்மாவா?

தேன் கூட்டில் மிகவும் கொடுமையான வாழ்க்கை வாழ்வது என்றால் அது ஆண் தேனீதான்.

ஆண் தேனீக்குக் கொடுக்கும் இல்லை, தேன் சேகரிக்கும் உறுப்பும் இல்லை. இவை வெறுமனே ராணித் தேனீயுடன் உறவு கொண்டு இனப்பெருக்கத்திற்கு உதவுவார்.

அதுவும் உறவு கொண்டதும் ஆண் தேனீ இறந்துவிடுவார். இவர் தேன் கூட்டில் சோம்பித் திரியும் தேனீயாகவே வாழ்வார்.

நமக்குப் பயன்படும் தேனீயைச் சேகரிக்கும் பணியை செய்வது வேலைக்காரத் தேனீக்கள்தாம். தேன் சேகரிப்பது மட்டுமல்லாமல், கூடு கட்டும் பணியையும் இவர்கள்தாம் செய்கிறார்கள்.

மலரில் இருந்து தேனீக்களால் உறிஞ்சி எடுக்கப்படும் மது, அவற்றின் வயிற்றில் இருந்து வரும் சுரப்பியுடன் சேர்ந்து உருவாவதுதான் தேன். சந்ததிப் பெருக்கம் செய்ய இயலாத மலட்டுப் பெண் தேனீக்களே வேலைக்காரத் தேனீக்கள் ஆகிடுவாங்க.

தேன் கூட்டின் வெப்பநிலையை மாற்றி அமைக்கும் தன்மையும், தேன் கூட்டைத் தாக்க வரும் எதிரிகளைக் கொட்டி, பாதுகாக்கும் பணியையும் இந்த வேலைக்காரத் தேனீக்களே செய்வார்கள்.

ஒரு தேனீ ஒருவரைக் கொட்டினால், அந்த தேனீயின் விஷப் பையில் இருக்கும் விஷம், தேனீயின் உடல் முழுவதும் பரவி தேனீயும் உயிரிழந்து விடுவாங்க.

பொதுவாகப் பலரும் தேன்கூட்டினைப் பார்த்திருப்பீர்கள். அது அறுகோண வடிவில் அமைந்திருக்கும்.

சிறந்த பொறியாளர்களைப் போல செயல்பட்டு தேனீக்கள் செயல்பட்டு இந்தத் தேன் கூட்டினைக் கட்டுகிறார்கள்.

ராணித் தேனீக்கு சிலிண்டர் வடிவில் செல் கட்டுவார்கள்.

கூட்டின் கட்டுமானம் திருப்தியாக இருந்தால் மட்டுமே, ராணித் தேனீ அதில் முட்டையிடும்.

பூக்களின் மகரந்தம், மதுரம்... இரண்டும்தான் தேனீக்களின் உணவு.

அப்போதைய பசிக்கு அப்போதே சாப்பிட்டுவிடும்.

அப்புறம் ஏன் தேன் சேகரிக்கிறது?

குளிர் காலங்கள், பூ பூக்காத காலங்களில் உணவுத் தட்டுப்பாட்டைச் சமாளிக்கத்தான் தேன் சேகரிக்கிறது.

தேனீக்கள் தேன் சேகரித்துப்பதப்படுத்துவதுதான் உலகின் சிறந்த உணவுப் பதப்படுத்தும் தொழில்நுட்பம்.

தேன் தேடிச் செல்லும் பணித் தேனீக்கள், பூக்களின் மதுரத்தை உறிந்து தன் உடலில்

இருக்கும் 'தேன் பை'யில் சேகரித்துக்கொள்ளும்.

அந்த மதுரம் முழுவதும் செரிக்காமல், தேனீயின்வயிற்றில் இருக்கும் நொதிகளுடன்

சேர்ந்து திரவமாக மாறிவிடும்.

கூட்டுக்குத் திரும்பி வரும் தேனீக்கள், கூட்டின் வாசலில் காத்திருக்கும் தேனீக்களிடம் அந்தத் திரவத்தை ஒப்படைக்கும்.

அதற்காக ஏப்பமிட்டு ஏப்பமிட்டு தேன் பையில் இருந்து திரவத்தை வெளியில் கொண்டுவந்து எதிர் தேனீயின் வாயில் கொட்டும்.ஒரு தேனீ இப்படி 50 முறை கக்கினால்தான், ஒரு துளி தேன் சேரும்.

கூட்டைப் பராமரிக்கும் தேனீக்கள் அந்தத் திரவத்தைக் கூட்டின் ஓர் ஓரத்தில் இருக்கும் தேனடையில் கக்கி, அதில் இன்வர்டேஸ் எனும் நொதியைச்

சேர்க்கும். பிறகு அந்தத் திரவத்தில் இருந்து நீர்த்தன்மை வற்றிப் போவதற்காகத் தன் இறகை ஆட்டி ஆட்டி ஆவியாக்கும். பிறகு தேனைப் பாதுகாக்க ஒருவகை மெழுகைப் பூசிவைக்கும். இத்தனை செயல்முறைகளுக்குப் பிறகுதான் நாம் சுவைக்கும் தேன் உருவாகும்.

தேனீக்களின் நடனம்.

தேன் சேகரிப்பதற்கான தகவல்களைத் தேனீக்கள் பகிர்ந்துகொள்ளும் முறை அட்டகாசமானது.

உணவுத் தேவை ஏற்படும்போது 'ஸ்கவுட்' ஆக சில தேனீக்கள் முன்னே சென்று பூக்கள் இருக்கும் இடத்தைக் கண்டுபிடித்துவிட்டுக் கூட்டுக்குத் திரும்பும்.

கூட்டில் உள்ள மற்ற பணித் தேனீக்களுக்கு ஸ்கவுட் தேனீக்கள், தாங்கள் கண்டுபிடித்த தோட்டம் அல்லது சோலை எந்தத் திசையில் எவ்வளவு தூரத்தில் உள்ளது என்பதை நடனம் ஆடித் தெரிவிக்கும்.

இதில் இரண்டு வித நடனங்கள் உள்ளன. வட்ட நடனம் மற்றும் வாலாட்டு நடனம்.

வட்ட நடனத்தில் வட்டமிட்டு வட்டமிட்டு பூக்கள் இருக்கும் தொலைவை மட்டும் குறிக்கும். வாலாட்டு நடனத்தில் உயரப் பறந்து வாலை ஆட்டினால், சூரியன் இருக்கும் அதே திசையில் உணவு உள்ளது என்றும், கீழே பறந்து வாலை ஆட்டினால், சூரியனுக்கு நேரெதிர் திசையில் தோட்டம் உள்ளது என்றும் அர்த்தம்.

வாலை வேகமாக ஆட்டினால், சோலை அருகில் உள்ளது என்றும், மெதுவாக ஆட்டினால், தொலைவில் உள்ளது என்றும் அர்த்தம்.

சூரியன், சோலையின் திசை, தங்கள் கூட்டின் இருப்பிடம்... இந்த மூன்றையும் சம்பந்தப்படுத்தி நடன அசைவுகள் இருக்கும். இந்த நுட்பமான நடன ரகசியத்தைக் கண்டுபிடித்த ஆஸ்திரிய ஸ்காலர் கார்ல்வான் ஃப்ரிஸ்-க்கு நோபல் பரிசு கொடுத்தார்கள்.

தேனீக்களைப் பற்றி ஆச்சரியமான செய்தி

தேனீயின் தகவல் பரிமாற்ற முறை, ஸ்கைப், வாட்ஸ்அப் முறைகளை விடத் துல்லியமானது.

யானை, ஆமைகளுக்கு ஞாபகசக்தி அதிகம் என்போம். ஆனால், அவற்றைவிடவும் கூர்மையான ஞாபகசக்தி கொண்டவை தேனீக்கள்.

இலக்கியத்தில் தேனீ.

இனிக்கும் தேனை சேகரிக்கும் தேனீயை இலக்கியத்தில் பார்ப்போம்.

உழவர் உழாதன நான்கு பயன் உடைத்தே
ஒன்றே சிறியிலை வெதிரி னெல்விளை யும்மே
இரண்டே தீஞ்சுளைப் பலவின் பழமூழ்க் கும்மே
மூன்றே கொழுங்கொடி வள்ளிக்கிழங்கு வீழ்க்கும்மே
நான்கே அணிநிற வோரி பாய்தலின் மீது அழிந்து
திணி நெடுங் குன்றம் தேன் சொரியும்மே" (2)
குறிஞ்சி நாட்டின் வளமையை கூறும் புறநானூற்று பாடல்.
சுரும்பு உண விரிந்த கருங் கால் வேங்கைப்
பெருஞ் சினைத் தொடுத்த கொழுங் கண் இறாஅல்,
புள்ளூற்றுக் கசிந்த தீம் தேன் கல் அளைக்
குறக் குறுமாக்கள் உண்ட மிச்சிலைப்
புன் தலை மந்தி வன் பறழ் நக்கும்" (14)
கலை கையற்ற காண்புஇன் நெடு வரை,
நிலை பெய்து இட்ட மால்பு நெறி ஆக,
பெரும் பயன் தொகுத்த தேம் கொள் கொள்ளை" (15)
நெடுந் தண் ஆரத்து அலங்கு சினை வலந்த
பசுங் கேழ் இலைய நறுங் கொடித் தமாலம்
தீம் தேன் கொள்பவர் வாங்குபு பரியும்" (16)
"தேனின் இறால் என ஏணி இழைத்திருக்கும்" (17)

- *நற்றிணை.*

கிழங்குகிள்ளித் தேனெடுத்து வளம்பாடி நடிப்போம்
கிம்புரியின் கொம்பொடித்து வெம்புதினை இடிப்போம்"

மது, தேறல், கள், நறவு போன்றன தேனைக் குறிக்கும் வேறு பெயர்களாகும். 'மது' என்றால் 'இனிப்பு' என்று பொருள். இது நேரடியாகவே தேனைக் குறிக்கும் சொல். வண்டுக்கு 'மதுகரம்' என்றோர் பெயருண்டு. அது தேனை எடுப்பதாலேயே அப்பெயர் பெற்றது. 'தேறல்' என்பது அழுக்குகள் நீக்கப்பட்ட 'தெளிந்த தேன்'. அடைநிரம்பி வழியும்போது அது 'கள்'ளாகிறது. 'நறவு' என்பது புளிக்க வைக்கப்பட்டது.

என மலைவளம் பாடுவாள் குறவஞ்சி.

திருக்குரானில் தேனீ பற்றிய குறிப்பு

பின், நீ எல்லாவிதமான கனிகளின் மலர்களிலிருந்தும் உணவருந்தி உன் இறைவன் (காட்டித் தரும்) எளிதான வழிகளில் (உன் கூட்டுக்குள்) ஒடுங்கிச் செல்" என்றும் உள்ளுணர்ச்சி உண்டாக்கினான். அதன் வயிற்றிலிருந்து பலவித நிறங்களையுடைய ஒரு பானம் (தேன்) வெளியாகிறது அதில் மனிதர்களுக்கு (பிணி தீர்க்க வல்ல) சிகிச்சை உண்டு. நிச்சயமாக இதிலும் சிந்தித்துணரும் மக்களுக்கு ஓர் அத்தாட்சி இருக்கிறது. (16:69)

திருவிவிலியத்தில் தேன் மற்றும் தேனீ பற்றிய குறிப்புகள்.

"மணமகளே, உன் இதழ்கள் அமிழ்தம் பொழிகின்றன; உன் நாவின்கீழ் தேனும் பாலும் சுரக்கின்றன" (இனிமைமிகு பாடல் 4:11)

"பிள்ளாய்! தேன் சாப்பிடு, அது நல்லது; கூட்டினின்று ஒழுகும் தேன் உன் வாய்க்குத் தித்திப்பாய் இருக்கும்" (நீதிமொழிகள் 24:13)

"ஆண்டவரே! உம் சொற்கள் என் நாவுக்கு எத்துணை இனிமையானவை! என் வாய்க்குத் தேனினும் இனிமையானவை" (திருப்பாடல்கள் 119:113)

"தேனீக்களைப் போல் அவர்கள் என்னைச் சூழ்ந்து கொண்டனர்; நெருப்பிலிட்ட முட்களைப் போல் அவர்கள் சாம்பலாயினர்" (திருப்பாடல்கள் 118:12)

"அந்த மலைப் பகுதிவாழ் எமோரியர் உங்களுக்கு எதிராகப் புறப்பட்டு, தேனீக்கள் போல் உங்களைத் துரத்தியடித்தனர்" (இணைச் சட்டம் 1:44)

சுற்றுச்சூழலில் தேனீயின் பங்கு.

தேனீக்கள் பூவுக்குப் பூ சென்று மகரந்தத்தைச் (பூந்துகள்) சேகரிக்கையில், தேன் சேகரிக்கும் போது தேனீக்களின் காலில் ஒட்டிக்கொள்ளும் பூக்களின் மகரந்தம், அடுத்தடுத்து பூக்களின் மேல் உட்காரும்போது, விதவிதமான கூட்டணியுடன் பரவும்.

இதனால் சில மரஞ்செடிகள் காய்த்து விதையிட்டு இனம் பெருக்குவதில் தேனீக்களின் பங்கும் இருக்கிறது. இதனைப் பூந்துகள் சேர்க்கை (மகரந்தச்சேர்க்கை) என்பர்.

இதுதான் காடுகளின், சோலைகளின் பரவலுக்குக் காரணம். தேனீக்களை அதிகம்

காடுகளுக்குள் தான் பார்க்க முடியும். காரணம், தேனீக்கள் இருக்கிற இடத்திலேயே இயற்கையாகவே அடர்ந்த காடுகள் உருவாகிவிடும்!

தென்னை, வாழை, பூசணி, ஆப்பிள், பீச் போன்ற பல பழ வகைகள் காபி, ஏலக்காய்,

பருத்தி போன்ற செடிகள் மற்றும் உணவு தானியங்கள் எனப் பல கோடி மகரந்தச் சேர்க்கைகளுக்குக் காரணமாக இருக்கும் தேனீக்கள்தான், உலகின் 80 சதவிகித உணவுப் பொருள்களின் பெருக்கத்துக்கும் காரணம்.

தன்னின் சிறு சிறு சிறகசைப்பிலும் பூமிக்குப பச்சையைப போர்த்தும் தேனீக்கள்

மட்டும் இந்த மண்ணில் இருந்து மறைந்துவிட்டால், மனிதன் வாழ்வதற்கு நான்கு ஆண்டுகளுக்கு மேல் மிச்சம் இருக்காது! என்பதை எப்போது நாம் உணர்வோம்.

தேனீக்களைக் காப்போம் ! காடு வளர்ப்போம் ! மழை பெறுவோம் !

16. மயில்

தேசிய பறவை

பேரழகும், பெருந்தோகையும் கொண்ட ஆண்மயில் தான் நம் தேசியப் பறவை, இவ்வளவு அழகான ஆண்மயிலை ஈன்றெடுக்கும் பெண் மயிலுக்குத் தோகை இல்லை...

மனித குலத்தில் பெண்ணை, ஆணினமான மயிலுடன் ஒப்பிடும் முரண் ஒரு அழகிய முரணாக இலக்கியத்திலும், திரைப்பாடலிலும் இன்று வரை கையாளப்படுகிறது என்றால் மயிலின் அழகு எத்தகையதுன்னு பாருங்களேன்.

பறவைகளில் மிக அழகானதும் கண்ணைக் கவர்வதும் இந்திய மயில்களே.

உலகின் பல்வேறு பகுதிகளில் பலவகையான மயில்கள் வாழ்ந்தாலும், இந்திய மயிலார்களின் பேரழகிற்கு ஈடு எந்தப் பறவையுமில்லை.

அவ்வளவு பேரழகான மயில்தான் நம் இந்தியாவின் தேசியப் பறவை.

இந்தியாவைப் பொறுத்தவரை சிறப்புப் பண்புகள் உடைய ஒவ்வொன்றையும் தேர்வு செய்துதான் தேசிய விலங்கு, தேசியப்பறவை, தேசிய மலர், தேசிய மரம் என வைத்துள்ளார்கள்.

இந்தியாவின் தேசியப் பறவையாக 1963 ஆம் ஆண்டில் அறிவிக்கப்பட்டது

பலரும், மயிலினால் என்ன பயன்? ஏதுமில்லை என்பர். மலையடிவார விவசாயிகளோ மயிலை எதிரியாக பாவிக்கின்றனர். இப்படி எதிரியாக பாவிக்கப்படும் மயிலால் பயனேதும் இல்லையா?

வாங்க தெரிஞ்சிக்கலாம்...

மயிலின் வாழ்வியல்.

இது பிரகாசமான பெரிய கோழி இனப் பறவையாகும். மயில்கள் தோகைக்காகவே பிரபலம் அடைந்தன. நீண்ட தோகையும், கொண்டையும் கொண்டிருக்கும். கொண்டை விசிறி போன்ற இறகுகளை உடையது. கண்ணுக்கு அடியில் வெள்ளை நிறப் பட்டை புருவம்போல் காணப்படுகிறது.

நீண்ட கழுத்தும், உறுதியான மார்பும் இருக்கிறது. ஆண் மயில் பெண் மயிலைவிடப் பெரியது. அதுமட்டும் அல்லாமல் பெண் மயிலைவிட ஆண் மயிலே அழகானது.

ஆண் மயில் வண்ணமயமாக இருக்கும். இதன் மார்பும், கழுத்தும் சற்று ஒளிரும் நீல நிறத்தில் இருக்கும். ஆண் மயிலுக்கு நீண்ட தோகை இருக்கும்.

இது பெண் மயிலைக் கவர்ந்து இழுப்பதற்காகத் தோகையை விரித்தாடும். சுமார் 200 நீண்ட தோகைகள் இதன் வால்பகுதியில் இருக்கின்றன.

ஒவ்வொரு தோகையிலும் கண் வடிவங்கள் உள்ளன. தோகையை விரிக்கும்போது இவை மிகவும் அழகாக அனைவரையும் கவரும் வகையில் காட்சி தருகிறது.

ஆண் மயில் தன் துணையைக் கவர்ந்து இழுக்க கார்மேகம் சூழ்ந்திருக்கும் சமயத்தில் தோகையை விரித்து ஆடும்.

மயில் தோகையின் வேறு பெயர்கள்... சரணம், சிகண்டம், கூந்தல், சந்திரகம், கலாபம், கூழை, பீலி, தொங்கல் மற்றும் தூவி.

பெண் மயில்களின் உடல் மங்கலான பச்சையும், பளபளப்பான நீளமும், பச்சை கலந்த சாம்பல் நிறமும் கொண்டிருக்கும்.

பெண் மயிலுக்கு நீண்ட தோகை கிடையாது . மயில்களால் அதிக உயரம் பறக்க முடியாது.ஆகவே மரங்களில் ஏறி அமர்ந்திருக்கும்.

மயிலின் குரல் கரடுமுரடாக இருக்கும். ஆனால் கேட்பதற்கு இனிமையாக இருக்கும். பிஹூன்,பிஹூன் என்று கிரீச்சிட்டுக் கூவும். இது பலவிதங்களில் கூவும். சருகுகளின் மீது நடக்கும் போதும், பொழுது சாயும்போதும் ஒரு ஒலியும்,அதிகாலை விடியும் போது ஒரு விதமான ஒலியுடன் அகவும்.

அகவல், ஆலல், ஏங்கல் போன்ற பல சொற்களால் மயிலின் ஒலியைக் குறிப்பிடுகிறார்கள்.

மயில் பள்ளம் தோண்டி, முட்டை இட்டு குஞ்சு பொரிக்கும். சருகுகளை ஒன்று சேர்த்து, லேசான பள்ளத்தை உண்டாக்கி அதில் முட்டை இடும்.

நான்கு முதல் ஆறு முட்டைகளை இடும்.அரிதாக வேறு பறவையின் கூட்டிலும் முட்டை இடும்.

மயில் தாவரங்கள் மற்றும் புழு, பூச்சிகளை சிறு பிராணிகளை உண்ணும்.அத்திப்பழத்தை விரும்பி உண்ணும். கிழங்குகள், இலைகள், தேன் ஆகியவற்றையும் உண்ணும். தவளைகள்,பாம்புகளைக் கண்டால் கொத்தி தின்று விடும்.

அரசர்கள் காலத்தில் பொன்னுக்குச் சமமாக மதித்தனர்.

சாலமோன் மன்னனுக்கு இந்திய மன்னர்கள் மயில்களை அன்பளிப்பாக வழங்கினர்.

மாவீரன் அலெக்சாண்டர் இந்தியாவிலிருந்து தன் நாட்டிற்கு மயில்களை கொண்டு சென்றார்.

இதன்மூலம் மயில் ரோம் நாட்டுக்கும் மற்ற நாட்டிற்கும் மயில் பரவியது.

இந்தியாவிலிருந்தும் இலங்கையிலிருந்தும் மயில் தோகை அரேபியாவிற்கு ஏற்றுமதி செய்யப்பட்டது.

தேசியப் பறவையாக எத்தனை பேரை ஜெயிச்சாங்க...

வெறும் அழகும், வசீகரமும் மட்டுமே போதுமா ஒரு நாட்டின் சின்னமாகவும், அடையாளமாகவும் இருப்பதற்கு?

போதாது!

மயில் நாட்டின் தேசியப் பறவையாகத் தேர்ந்தெடுக்கப்பட்டதற்கான காரணங்கள்:-

மயில்கள் இந்திய மரபுகளில் மதம் மற்றும் இந்தியப் புராணங்கள் மற்றும் புனைவுகளுடன் தொடர்புடையது, மயில் பண்டைய இந்திய கலை மற்றும் சிற்பக்கலைகளில் குறிப்பிடப்படுகிறது.

நாட்டின் தேசிய சின்னமாக அறிவிப்பதற்கு அடிப்படைத் தகுதிகள் என்னென்ன...

இந்தத் தேர்வுக்கான அளவுகோல்கள் பல இருந்தன. முதலில் ஒரு தேசியப் பறவை குறிப்பிட்ட இடத்தில் மட்டும் இருக்கக்கூடாது.

பறவை நாடு முழுவதும் பரவலாக இருக்கவேண்டும். பெரும்பான்மையான மாநிலங்களில் காணப்பட வேண்டும்.

இந்திய மயில் என்பது இந்திய துணைக் கண்டம் முழுவதும் தென்கிழக்கு ஆசியா வரை காணப்படுகின்றது.

இந்திய துணைக் கண்டத்தில், முக்கியமாக 1,800 மீ உயரத்திற்குக் கீழே காணப்படுகிறது.

அரிதான சந்தர்ப்பங்களில் சுமார் 2,000 மீ உயரத்தில் காணப்படுகிறது.

நாடு முழுவதும் பரவலாக இருந்தால் மட்டுமே உண்மையிலேயே 'தேசிய' பறவை என்று சான்றாகும்.

மேலும். அப்பறவையை சாமானியர்களும் அடையாளம் காணக்கூடியதாக இருக்க வேண்டும்.

இது வேறு எந்த நாட்டினதும் பறவை சின்னத்துடன் தொடர்புடையதாகவோ அல்லது ஒரே மாதிரியாகவோ இருக்கக்கூடாது.

தேசியப் பறவை தேர்வில் மயிலுக்குப் போட்டியாக இருந்த பறவைகள்:-

தேசிய பறவையாக அறிவிக்கும் பட்டியலில் சாரசு கொக்கு (Sarus Crane), செம்பருந்து (The Brahminy Kite), கானமயில் (The Bustard) அன்னப் பறவை (Swan) ஆகியவை போட்டியாக இருந்தன

இந்தியாவுக்கு ஒரு பறவை சின்னம்' (1961) - மாதவியா கிருஷ்ணன் கட்டுரையிலிருந்து.

இலக்கியத்தில் மயில்.

மணிபுரி எருத்தின் மஞ்ஞை போல்,
நின் வீசுபெய் வீசுவளி உளர

நற்றிணை 264;4,5

கொடிச்சி காக்கும் பெருங்குரல் ஏனல்
அடுக்கல் மஞ்ஞை கவரு நாட
நடுநாள் கங்குலும் வருதி
கடுமா தாக்கின் அறியேன் யானே.
மயில்கள் ஆலக் குடிஞை இரட்டும்

துறுகல் அடுக்கத்து அதுவே பணைத்தோள்
ஆய்தழை நுடங்கும் அல்குல்
காதலி உறையும் நனிநல் லூரே.   291

- ஐங்குறுநூறு

மாண்டநின் விரை வளர் கூந்தல் வரைவளி உளரக்,
கலவ மஞ்ஞையின் காண்வர இயலி

- புற நானூறு.

சேவற் பெயர்க் கொடை சிறகொடு சிவனும்
மாயிருந் துரவி மயிலலங் கடையே '

தொல் : மரபு 48

பூஞ்சினை யிருந்த போழ்கண் மஞ்சை

- குறுந்தொகை 391

பீலிபெய் சாகாடும் அச்சிறும் அப்பண்டஞ்
சால மிகுத்துப் பெயின்.

- குறள்

சுற்றுச்சூழலில் மயிலின் பங்கு.

சுற்றுச்சூழலில் உணவு சங்கிலி எப்படி செயல்படுகிறது என்பதை பார்ப்போம்.

உணவு பிரமிடு என்பது ஒரு வரைகலை பிரதிநிதித்துவம் ஆகும், இது உயிரி பரிமாற்றம் அல்லது உணவு ஆற்றல் பரிமாற்றம் போன்ற பொதுவான அளவுருக்களைக் காட்டுகிறது.

முதன்மை உற்பத்தியாளர்களான தாவரங்களை உண்ணும் Herbivore போன்ற முதன்மை நுகர்வோர்களால் உண்ணப்படுகிறது...

இரண்டாம் நிலை நுகர்வோரான *carnivore* முதன்மை நுகர்வோர்களை உண்கிறது...

அனைத்துண்ணிகளான *omnivorous* தாவரம் மற்றும் மாமிசங்களை உண்கின்றன

இப்படி ஒரு வட்டப்பாதையில் ஒன்றை ஒன்று தொடர்ந்து உண்ணுவதாலும், உண்ணப்படுவதாலும் உணவு ஆற்றல் பரிமாறப்படுவதால் உணவுச் சங்கிலியின் சமன்நிலை பேணப்படுகிறது

அவ்வகையில் பூச்சிகள் பச்சை செடியை உண்ணும்,தவளை பூச்சியைத் தின்னும்,பாம்பு தவளையை உண்ணும்,பாம்பை

மயில் கொத்தித் தின்னும் இவ்வகையில், மயிலின் நிலை உணவு பிரமிட்டின் உச்சியில் இருக்கிறது *(top at the apex of the food pyramid)*

மயில் இல்லையெனில் இந்த உணவுச் சங்கிலி பெரிதும் பாதிக்கப்படும்.இதன் பின்விளைவு காடுகளின் அழிவு ஆகும். காடுகளின் அழிவு என்பது நல்ல தண்ணீரை, காற்றை இழப்பதற்குக் காரணியாகும்.

மனிதர்களுக்கு மட்டுமின்றி, சக கானுயிர்களுக்கும் மயிலம்மா உதவுறாங்க பாருங்க...

காடுகளில் கேட்கும் மயில் அகவல் மூலம், புலி போன்ற ஆபத்தான விலங்குகளின் இருப்பை மான், போன்ற கானுயிர்களுக்கு அறிவிக்கின்றன.

குரங்குகளும் மரத்தின் மேலிருந்து குரல் கொடுத்து தரை வாழ் உயிரினங்களுக்கு எச்சரிக்கை செய்கின்றன.

காட்டை அழிப்பதன் மூலம், புதர்களை, குன்றுகளை வாழ்விடமாகக் கொண்ட மயில்கள் அகதியாகி உணவுக்காகக் குப்பை மேட்டைத் துழாவும் பரிதாபம் நிகழ்கின்றன !

மயிலைக் காப்போம்! மழை பெறுவோம் !

தீர்வுகள்

- கானுயிர்களின் வழித்தடங்களையும், வாழ்விடங்களையும் ஆக்கிரமிப்பு செய்வதை முற்றிலும் கைவிட வேண்டும்.

- அன்பு என்ற பெயரில் கானுயிர்களுக்குப் பாக்கெட்டில் அடைக்கப்பட்ட உணவுகளை, வீட்டில் தயாரித்த உணவுகளைக் கொடுப்பதைத் தவிர்க்க வேண்டும். இதன் மூலம் தனக்கான ஆரோக்கியமான உணவைத் தானே தேடும் இயல்பு வாழ்க்கை கானுயிர்களுக்கு உறுதி செய்யப்படும்.

- கானுயிர்களின் வலசைப் பாதையில் விவசாயம் செய்து விட்டுக் கானுயிர்கள்

- பயிரை அழிப்பதாக விஷம் வைப்பது,வெடிகள் வைப்பது, மின்வேலிகள் மூலம் தொந்தரவு தருவதை முற்றிலும் தடுக்க நடவடிக்கை எடுக்க வேண்டும்.

- காடுகளுக்கு அவசியம் ஏற்பட்டால் அன்றி சுற்றுலாவாகச் செல்வதும், அங்கு கண்ணாடி பாட்டில்கள், நெகிழி புட்டிகள் போன்றவற்றைக் காடுகளில் போடுவதைத் தவிர்க்க வேண்டும். இதன் மூலம் நெகிழிகளை உண்டு உயிரிழக்கும் கானுயிர்களையும், கண்ணாடித் துண்டுகளால் கிழிக்கப்பட்டு சீழ் பிடித்த நாள்பட்ட காயங்களால் உயிரிழக்கும் கானுயிர்களைக் காப்பாற்றலாம்.

- அதிகமாக செடிகளை நட்டு மரங்கள் ஆக்குதல், வேளாண் காடுகளை உருவாக்குதல்.

- விழிப்புணர்வு முகாம்கள் நடத்துதல்.

- கானுயிர்களின் தோல் மற்றும் இறகுகளால் ஆன பொருட்களை வாங்காது இருத்தல்.

- மருந்து என்ற பெயரிலும், வீரம் என்ற பெயரிலும், பொழுதுபோக்குக்காவும் வேட்டையாடாது இருத்தல்.

- விடுமுறையைக் கழிக்க ரிசார்ட்டுகள் கட்டுதல், கானுயிர்களை வைத்து வியாபரம் செய்தல் ஆகியவற்றைப் புறக்கணித்தல்.

- கரியமில வாயுவை வெளியிடும் வாகனங்களைக் குறைவாகப் பயன்படுத்துதல்.

- காடுகள், கானுயிர்கள் உலவும் பகுதிகளில் வாகனத்தைக் குறைவான வேகத்தில் இயக்க வேண்டும்.

- பொருட்களை மறுசுழற்சி செய்து பயன்படுத்துதல் மற்றும் மழைக்காட்டில் உள்ள மரங்களில் இருந்து செய்யப்படும் பொருட்களைத் தவிர்ப்பதன் மூலம் காடுகளைப் பாதுகாத்து, கானுயிர்களைப் பாதுகாக்க வேண்டும்.

- எவ்வகை உயிரினங்களையும் கூண்டில் அடைக்காது இருத்தல்.

- யானை போன்ற காடு வளர்க்கும் கானுயிர்களை கோயில்கள் போன்ற இடங்களில் பயன்படுத்தத் தடை விதித்தல்.

- காடு மற்றும் கானுயிர் சார்ந்த சட்ட திட்டங்களை வலுவாக்க அரசுக்குப் பரிந்துரை செய்தல்.

- பள்ளி மற்றும் கல்லூரி மாணாக்கர்களுக்கு மற்றும் பொது மக்களுக்கு காடு மற்றும் கடல் குறித்துப் பயிற்சி அளித்தல் வேண்டும்.

- கானுயிர்கள் பற்றி இலக்கியங்களில் தவறாது பதிவு செய்து அடுத்த தலைமுறைக்கு முக்கியத்துவத்தைக் கடத்துதல் வேண்டும்.

- வனப்பகுதியில் வாகனங்களை இயக்க நேர்ந்தால், விதிக்கப்பட்ட வேகத்தில் மட்டுமே இயக்க வேண்டும்.

- விதியை மீறுவோருக்குக் கடுமையான தண்டனைகள் விதித்தல் ஆகியவை மூலம் கானுயிர்களை நாம் பாதுகாக்க முற்பட வேண்டும்.

முடிவுரை

பூமி மனிதர்களுக்கானது மட்டுமல்ல என்பதை உணர்ந்து பல்லுயிர்களும் செழித்து வளர இங்கு உரிமை உண்டு என்பதை உணர்ந்து அவற்றை போற்றி பாதுகாக்க வேண்டும்.

"கண்ணை விற்று சித்திரம் வாங்கினால் கை கொட்டி சிரியாரோ"

ஆம், கானுயிர்களை அழித்தல் அல்லது அழிவுக்கு உள்ளாக்கும் செயற்பாடுகள் என்பது நம்மை நாமே அழித்துக் கொள்வதற்கு சமம் ஆகும்.

இரசாயன உரங்களால், பூச்சிக்கொல்லிகளால், பூமியும், நீரும், காற்றும் மாசடைந்து மனிதர்களின் உடலில் சீர்கேட்டை தருகிறது.

உச்சபட்சமாக, அய்யா நம்மாழ்வார் கூறியது போல்...

இரசாயனங்கள், முந்நூறு அடிக்கும் கீழே உள்ள நிலத்தடி நீரைச் சென்றடைகிறது. பயிர்களின் மூலம், மனிதனை அடைகிறது, வைக்கோல் மூலம் பசுவை அடைகிறது, பசுவின் பாலும் இரசாயனங்கள் நிரம்பியதாக ஆகிவிடுகிறது, அதைப் பருகும் கர்ப்பிணிப் பெண்ணின் உடலில் கலக்கும் இரசாயனம், அவள் ஈன்றெடுத்த குழந்தைக்கு ஊட்டும் முதல் உணவான தாய்ப்பால் வழியே குழந்தையை அடைகிறது.

இப்படி, மனிதனுக்குத் தாயால் ஊட்டப்படும் முதல் உணவே விஷமானால், அவர்களின் உடல் கட்டமைப்பும், மனக்கட்டமைப்பும் கேள்விக்குறியாகிவிடும் அபாயம் தொடர்கிறது. சுற்றுச்சூழலில் ஒரு கண்ணி அறுப்பட்டால் ஏற்படும் அபாய்த்தை ஒரு உண்மை நிகழ்வின் மூலம் காண்போம்...

சாம்பல் நிற ஓநாய்கள் அங்குள்ள மான்களையும், வனத்திற்கு அருகாமையில் இருந்த கால்நடைகளையும் அச்சுறுத்தவும், வேட்டையாடவும் தொடங்கின. இதனால் ஓநாய்களை முழுமையாக சுட்டுக்கொல்ல 1914ல் வன அதிகாரிகளுக்கு உத்தரவிடப்பட்டது. அதன்படி 1926ல் கடைசி ஓநாயும் சுட்டுக் கொல்லப்பட்டது. ஓநாய்கள் அழிக்கப்பட்ட சில ஆண்டுகளில் 'யெல்லோ ஸ்டோன்' பகுதியில் உள்ள ஆறுகள் வறண்டன. காரணத்தை அறிய விஞ்ஞானிகள் முயற்சித்தபோது ஓநாய்கள் இல்லாததால் 'எல்க்' மான்களின் எண்ணிக்கை பல மடங்கு பெருகியது தெரிந்தது. அவை பயமின்றி ஒரே இடத்தில் மேயத் தொடங்கின. இதனால் அவ்வனப்பகுதியின் பள்ளத்தாக்குகளில் பிரதானமான ஆஸ்பென், வில்லோ, கார்டன் உட் போன்ற மரங்கள் அழியத் தொடங்கின.

இதனால் நிலச்சரிவு, சூழல் மாற்றம் ஏற்படத் தொடங்கியது. இம்மரக்கன்றுகளை கொண்டு "பீவர்" என்னும் எலியினத்தை சேர்ந்த உயிரினம் அணைக்கட்டி உயிர்வாழ்ந்த சூழ்நிலையும் முடிவுக்கு வந்தது. இக்காரணங்களால் யெல்லோ ஸ்டோன் வனப்பகுதியில் ஓடிய ஆறுகள் வறண்டன. இவ்வாறு இயற்கை சூழலியலில் முக்கிய பங்கு வகிக்கும் ஒரு உயிரினத்தை இழக்கும்போது ஏற்படக்கூடிய பேரழிவு 'டிராபிக் கேஸ்கேட்' எனப்படுகிறது. 1996ல் பிற வனப்பகுதிகளில் இருந்து சாம்பல் நிற ஓநாய்கள் இங்கு மறு அறிமுகம் செய்யப்பட்டன. ஓநாய்கள் மீண்டும் வந்த 6 ஆண்டுகளில் 'எல்க்' மான்களின் எண்ணிக்கை கட்டுக்குள் வந்தது.

மரங்களின் வளர்ச்சி அதிகரித்தது, நிலச்சரிவுகள் குறைந்தது.' பீவர்கள்' எண்ணிக்கை பெருகியது மட்டுமின்றி அவைகளால் ஆறுகளின் குறுக்கே கட்டப்பட்ட அணைகளால் நிலத்தடி நீரும் ஆறுகளும் உயிர் பெற்றன. கரடிகள், கயோட்டிகள், நரிகள், பறவைகள் பெருகி பல்லுயிர் பெருக்கமே அரங்கேறியது. ஆகவே

ஓநாய்கள் இக்காடுகளுக்கும் அவற்றில் உருவாகும் நதிகளுக்கும் இன்றியமையாதவைகளாய் இருக்கிறது.

இந்நிகழ்வின் மூலம், சுற்றுச்சூழலில் ஒரு கண்ணி அறுப்பட்டாலும் ஒரு சமூகத்தையே சீரழித்துவிடும் என்பதை உணர்ந்து, கானுயிர்களைப் போற்றிப் பாதுகாக்க வேண்டிய கடமையை உணர்ந்து, கானுயிர்களைக் காக்க காடுகளை இயற்கையைக் காப்போம்.

கானுயிர்களின் மகிழ்ச்சியே மனிதர்களின் வளர்ச்சியும் மகிழ்ச்சியும்.

ஆறறிவை வளர்க்கும் ஐந்தறிவைப் பாதுகாக்க வேண்டியதை உணர்வதே ஆறறிவின் சிறப்பு ஆகும்.

வருங்கால சந்ததியினருக்கு நல்லதொரு பூமியைக் கையளித்து செல்வோம் !

கானுயிர்களை, பறவைகளை, பூச்சியினங்களைக் காக்க விரையும் கரங்களை இறையெனத் தொழுவேன்.

அன்புடன்
– கோ.லீலா

அலைபேசி: *9443355881*

மெயில்: *leelpammu@gmail.com*

வலைப்பூ: *Leela's musings*

குறிப்புகளுக்காக...

படைப்பு பதிப்பகம் வெளியீடுகள்

2021

1. கனவுப்பிரதிமை - விஜி வெங்கட்
2. பேச்சியம்மாளின் சோளக்காட்டு பொம்மை - கா.சோ.திருமாவளவன்
3. இசைக்கும் வயலினுக்கு குருதியின் நிறம் - வலங்கைமான் நூர்தீன்
4. நிழலின் வெளிச்சம் - கடையநல்லூர் பென்ஸி
5. WATER AND VIRTUAL WATER - G.Leela
6. சிவனாண்டி - ப.தனஞ்ஜெயன்
7. சாம்பல் மேட்டில் அமரும் வண்ணத்துப்பூச்சி - ஆரூர் தமிழ்நாடன்
8. செம்மண் - சிபி சரவணன்
9. ஊதா நிறக் கொண்டை ஊசி கதைகள் - கவிஜி
10. கானங்களின் மென்சிறை - ந.சிவநேசன்
11. பெருந்துணைத் தேறல் - கருவை ந.ஸ்டாலின்
12. ஒளி பூத்த குடில் - தஞ்சை விஜய்
13. பியானோவின் நறும்புகை - நிலாகண்ணன்
14. பிணக்காட்டு மரங்கள் - கோபிநாதன் பச்சையப்பன்
15. கண்மணி ராஜாமுகமது கவிதைகள் - கண்மணி ராஜாமுகமது
16. குருவிக்காக ஆடும் இலைகள் - கோபிநாதன் பச்சையப்பன்
17. நட்சத்திர பிச்சைக்காரன் - ஜெ.பிரான்சிஸ் கிருபா
18. ரகசியங்களின் புகைப்படம் - மா.காளிதாஸ்
19. காகிதத்தின் மூன்றாம் பக்கம் - மதுசூதன்
20. பாஷோ என் பக்கத்து வீட்டுக்காரர் - பிருந்தா சாரதி
21. விண்ணைச் சூடியாடும் இரு நீல வளையங்கள் - கார்த்திக் திலகன்
22. நீர்த் திமில்களில் மினுங்கும் வலி - யூமா வாசுகி
23. விழியல்ல விபத்துப்பகுதி - கோபிநாதன் பச்சையப்பன்
24. இயற்கையின் தீர்க்கதரிசிகள் - வில்லியம்ஸ்
25. அப்பத்தாவும் ஆண்ட்ராய்டு போனும் - அ.முத்துவிஜயன்

படைப்பு பதிப்பகம் வெளியீடுகள்

2021

26. கருவறை சுவர்கள் - ப.தனஞ்செயன்
27. கடவுளின் பிரார்த்தனை - ப.தனஞ்செயன்
28. நிசப்தம் விழுங்கும் காடுகள் - ப.தனஞ்செயன்
29. அம்மாவின் அடுக்களைப் பல்லி - சத்யா மருதாணி
30. புதிய மாமிசம் - சந்துரு.ஆர்.சி
31. வரையாட்டின் குளம்படிகள் - கோ.லீலா
32. படித்துறை பித்தன் - துளசி வேந்தன்
33. நினைவும் புனைவும் - யாழினி ஆறுமுகம்
34. உயிர் நன்று சாதல் இனிது - கரிகாலன்
35. அகத்தொற்று - கரிகாலன்
36. திரையும் வாழ்வும் - கரிகாலன்
37. தெய்வத்திண்ட திர - கரிகாலன்

2020

1. இடரினும் தளரினும் - விக்ரமாதித்யன்
2. கன்னத்துப்பூச்சி - மணி சண்முகம்
3. நிறமி - ஆண்டன் பெனி
4. யமுனா என்றொரு வனம் - ஆண்டன் பெனி
5. காலநதி - ஆரூர் தமிழ்நாடன்
6. என்மனார் புலவர் - கரிகாலன்
7. தேநீரைக் கைதொழுதல் - மணி சண்முகம்
8. பெருஞ்சொல்லின் குடல் - மா.காளிதாஸ்
9. கவிதை அனுபவம் - இந்திரன் | வ.ஐ.ச.ஜெயபாலன்
10. புத்தனின் கடைசி முத்தம் - லக்ஷ்மி
11. நீந்தத் தெரியாத அய்யனார் குதிரை - வீ கதிரவன்
12. நோம் என் நெஞ்சே - கரிகாலன்
13. உதிர் நிழல் - கி.கவியரசன்
14. தனிமை நாட்கள் - பிரபுசங்கர் க
15. சிப்ஸ் உதிர் காலம் - கவிஜி

படைப்பு பதிப்பகம் வெளியீடுகள்

2020

16. மணிப்பயல் கவிதைகள் - மணி அமரன்
17. கார்முகி - கோபி சேகுவேரா
18. சைகைக் கூத்தன் - முகமது பாட்சா
19. பொய்மசியின் மிச்சம் - மதுசூதன்
20. ஆ காட்டு - மு.முபாரக்
21. முழு இரவின் கடைசித் துளி - ப.தனஞ்ஜெயன்
22. புத்தன் மீன் வளர்க்க ஆசைப்படுகிறான் - வழிப்போக்கன்
23. யாயும் ஞாயும் - ஜே.ஜே.அனிட்டா
24. THE LIBERATION SONG OF A WOMENS BODY - Dr.NaliniDevi
25. கெணத்து வெயிலு - காதலாரா
26. காலாதீதத்தின் சுழல் - ரத்னா வெங்கட்
27. பெண் பறவைகளின் மரம் - மதுரா (தேன்மொழி ராஜகோபால்)
28. நட்ட கல்லும் பேசுமோ - பிரேமபிரபா
29. நீ துளையிட்ட எனது புல்லாங்குழல் - ஜின்னா அஸ்மி
30. நான் உன்னுடைய துறவி - தி.கலையரசி
31. பழுத்த இலையின் அடுத்த நொடி - குமார் சேகரன்
32. நீளிடைக் கங்குல் - ராஜி வாஞ்சி
33. மைனாவை பேசச்சொல்லிக் கேட்பவர்கள் - ஜின்னா அஸ்மி
    (படைப்பு மின்னிதழ்களில் வந்த கவிதைகளின் தொகுப்பு)
34. 64 கட்டங்களில் தனித்திருக்கும் ராணி - ஷெண்பா
35. பச்சையம் என்பது பச்சை ரத்தம் - பிருந்தா சாரதி
36. ஏவாளின் பற்கள் - காயத்ரி ராஜசேகர்
37. உன் கிளையில் என் கூடு - கனகா பாலன்
38. கீரக்காரம்மா - முத்து விஜயன்
39. அக்கை - அழ ரஜினிகாந்தன்
40. அம்மே - சலீம் கான் (சகா)
41. ஹைக்கூ தூண்டிலில் ஜென் - கோ.லீலா
42. வாவ் சிக்னல் - ராம்பிரசாத்
43. புரவிக் காதலன் - 14 எழுத்தாளர்கள்
44. குடையற்றவனின் மழை - கா.அமீர்ஜான்
45. நெடுநல் இரவு - மௌனன் யாத்ரிகா

படைப்பு பதிப்பகம் வெளியீடுகள்

2019

1. நம் காலத்துக் கவிதை - விக்ரமாதித்யன்
2. ஆரிகாமி வனம் - முகமது பாட்சா
3. எறும்பு முட்டுது யானை சாயுது - கவிஜி
4. சொல் எனும் வெண்புறா - மதுரா (தேன்மொழி ராஜகோபால்)
5. யாவுமே உன் சாயல் - காயத்ரி ராஜசேகர்
6. நீர்ப்பறவையின் எதிரலைகள் - குமரேசன் கிருஷ்ணன்
7. பொலம்படை கலிமா - ஜோசப் ஜூலியஸ்
8. நீ பிடித்த திமிர் - அகதா
9. இசைதலின் திறவு - ஜானு இந்து
10. மறை நீர் - கோ. லீலா
11. தேநீர் கடைக்காரரின் திரவ ஓவியம் - பிரபு சங்கர். க
12. எரியும் மூங்கில் இசைக்கும் நெருப்பு - நடன. சந்திரமோகன்
13. வேர்த்திரள் - சலீம் கான் (சகா)
    (பரிசுப்போட்டிக்கு வந்த கவிதைகளின் தொகுப்பு)
14. வான்காவின் சுவர் - ஜின்னா அஸ்மி
    (படைப்பு மின்னிதழ்களில் வந்த கவிதைகளின் தொகுப்பு)
15. இருளும் ஒளியும் - பிருந்தா சாரதி

2018

1. நீர் வீதி - ஜின்னா அஸ்மி
   (படைப்பு மின்னிதழ்களில் வந்த கவிதைகளின் தொகுப்பு)
2. பாதங்களால் நிறையும் வீடு - ஜின்னா அஸ்மி
   (பரிசுப்போட்டிக்கு வந்த கவிதைகளின் தொகுப்பு)
3. உயிர்த்திசை - சலீம் கான் (சகா)
   (பரிசுப்போட்டிக்கு வந்த கவிதைகளின் தொகுப்பு)
4. வெட்கச் சலனம் - அகராதி
5. சிண்ட்ரெல்லாவின் தூரிகை - குறிஞ்சி நாடன்
6. அசோகவனம் செல்லும் கடைசி ரயில் - அகதா
7. என் தெருவில் வெஸ்ட் மினிஸ்டர் பாலம் - கோ. ஸ்ரீதரன்
8. அஞ்சல மவன் - கட்டாரி
9. கடவுள் மறந்த கடவுச்சொல் - ஜின்னா அஸ்மி
10. கை நழுவும் கண்ணாடிக் குடுவை - கவி விஜய்

2017

1. மௌனம் திறக்கும் கதவு - ஜின்னா அஸ்மி
   (படைப்பு மின்னிதழ்களில் வந்த கவிதைகளின் தொகுப்பு)
2. நதிக்கரை ஞாபகங்கள் - ஜின்னா அஸ்மி
   (பரிசுப்போட்டிக்கு வந்த கவிதைகளின் தொகுப்பு)
3. உடையாத நீர்க்குமிழி - ஜின்னா அஸ்மி
   (பரிசுப்போட்டிக்கு வந்த கவிதைகளின் தொகுப்பு)
4. இந்தப் பூமிக்கு வானம் வேறு - ஆண்டன் பெனி
5. நிலவு சிதறாத வெளி - காடன் (சுஜய் ரகு)
6. இலைக்கு உதிரும் நிலம் - முருகன். சுந்தரபாண்டியன்
7. நிசப்தங்களின் நாட்குறிப்பு - குமரேசன் கிருஷ்ணன்
8. நினைவிலிருந்து எரியும் மெழுகு - ஆனந்தி ராமகிருஷ்ணன்